എം.ആർ.ബാലചന്ദ്രൻ

മഹാത്മാ ഗ്രന്ഥശാല, മാറ്റുദേശം

വായനയുടെ ബഹുസ്വരത

ഡോ. സി. രാവുണ്ണി

കവി, എഴുത്തുകാരൻ,
സാമൂഹിക സാംസ്കാരിക പ്രവർത്തകൻ.
'കുഞ്ചൻ നമ്പ്യാരുടെ തുള്ളൽകൃതികളിലെ
ദേശീ സൗന്ദര്യബോധം' എന്ന വിഷയത്തിൽ
നടത്തിയ ഗവേഷണത്തിന് കലാമണ്ഡലം കല്പിത
സർവ്വകലാശാലയിൽ നിന്ന് പി.എച്ച്.ഡി. ലഭിച്ചു.
പതിനഞ്ചു മുറിവുകൾ, അകങ്ങൾ,
വൃശ്ചികം, പിന്നേറ്റം, വെളിച്ചം വരുന്ന വഴി,
രാവുണ്ണിയുടെ കവിതകൾ, കറുത്ത വറ്റേ കറുത്ത വറ്റേ
തുടങ്ങിയ 18 പുസ്തകങ്ങളുടെ രചയിതാവ്.
2010ൽ ഒരു വർഷം കേരള സംഗീത നാടക
അക്കാഡമി സെകട്ടറിയായിരുന്നു.
സ്റ്റേറ്റ് കരിക്കുലം കമ്മിറ്റി, കേരള സാഹിത്യ
അക്കാദമിയിൽ നിർവ്വാഹക സമിതി,
കേരള ചലച്ചിത്ര അക്കാഡമി ജനറൽ കൗൺസിൽ
എന്നിവയിൽ അംഗമായിരുന്നു.
അബുദാബി ശക്തി അവാർഡ്, കുഞ്ചുപിള്ള അവാർഡ്,
അങ്കണം ഷംസുദ്ദിൻ സ്മൃതി അവാർഡ്
തുടങ്ങിയ പുരസ്കാരങ്ങൾ ലഭിച്ചിട്ടുണ്ട്.
ട്രഷറി ഓഫീസറായി സർവീസിൽ നിന്ന് വിരമിച്ചു.
ഇപ്പോൾ തൃശൂർ ജില്ലയിലെ എറവിൽ താമസം.

മഹാത്മാ ഗ്രന്ഥശാല, മാറ്റുദേശം

വായനയുടെ ബഹുസ്വരത

സംയോജനം

വർഗീസാന്റണി

പി.സലിംരാജ്

ഈ.ഡി.ഡേവീസ്

ഗ്രീൻ ബുക്സ്

green books private limited
gb building, civil lane road, ayyanthole,
thrissur- 680 003, kerala, ph: +91 487-2381066, 2381039
website: www.greenbooksindia.com
e-mail: info@greenbooksindia.com

malayalam

mahathma grandhasala, maattudesam
vayanayude bahuswaratha

study

editors:
vargheesantony
p. salimraj
e.d. davies

published november 2021

cover design : sudheesh kottembram
book design : vipindas
illustrations: m.r. balachandran, artist giri,
salim rahman, aju sheela gopalan, jishaa graffito

printed in india
repro india ltd

branches:
thrissur 0487-2422515
thiruvananthapuram 0471-2335301
calicut 0495 4854662

isbn : 978-93-91072-45-2

₹ 165.00
GBPL/1197/2021

മുഖക്കുറി

2021 മെയ് 30ലെ മാതൃഭൂമി ആഴ്ചപ്പതിപ്പിൽ പ്രസിദ്ധപ്പെടുത്തിയ 'മഹാത്മാ ലൈബ്രറി, മാറ്റുദേശം' എന്ന രാവുണ്ണിയുടെ കവിത സൃഷ്ടിച്ച പ്രതികരണങ്ങളാണ് ഈ പുസ്തകത്തിലെ ഉള്ളടക്കം. കവിതാവായനാ സമൂഹത്തിനു മുന്നിൽ ഏറെ ചർച്ച ചെയ്യപ്പെട്ട ഒരു കവിതയാണിത്. അവയുടെ ആഴങ്ങൾ എം.കെ. സാനു മാസ്റ്റർ മുതൽ അന്വേഷിക്കുമ്പോൾ, അതിന്റെ സൂക്ഷ്മതകൾ സച്ചിദാനന്ദനിൽനിന്ന് തുടങ്ങുന്നു. വ്യാപ്തികളും പ്രാപ്തികളും എഴുതി കവിതയെ വിലയിരുത്തിയ എഴുത്തുകാരുമുണ്ട്. ഗ്രീൻ ബുക്സിന്റെ അഭിനന്ദനങ്ങൾ.

എഡിറ്റർ

ഉള്ളടക്കം

നാന്ദി

കവിത

ആഴങ്ങൾ

സൂക്ഷ്മതകൾ

⌘ആർട്ടിസ്റ്റ് ഗിരി

ജയകുമാർ ചെങ്ങമനാട്/ചാക്കോ ഡി.അന്തിക്കാട്
ജയപ്രകാശ് എറവ്/ശ്രുതി വി.എസ്. വൈലത്തൂർ
റെജില ഷെറിൻ/ദർശന കെ.ആർ./
സജന സന്തോഷ്/സിമിത ലിനീഷ്

വ്യാപ്തികൾ

കഥാകൃത്തുക്കളുടെ വായനകൾ

വൈശാഖൻ/അശോകൻ ചരുവിൽ/കെ.വി.മോഹൻകുമാർ
അഷ്ടമൂർത്തി/കെ.ഉണ്ണികൃഷ്ണൻ/സജീവ് എരവത്ത്

പ്രാപ്തികൾ

ഗ്രന്ഥശാലാപ്രവർത്തകരുടെ വായനകൾ

കെ.വി.കുഞ്ഞികൃഷ്ണൻ/പി.കെ.ഹരികുമാർ
വി.ഡി.പ്രേമപ്രസാദ്/വി.മുരളി/ബാബു തട്ടിൽ
എ.നന്ദകുമാർ/ഹരിദാസ് കെ.പി./കെ.രാജേന്ദ്രൻ
കുഞ്ഞികൃഷ്ണൻ/മിനി രാജേഷ്/ബിന്ധ്യ ടി.കെ.
ജയൻ അവണൂർ/ഈ.ഡി.ഡേവീസ്

കവിതപ്പുറം

വർത്തമാനം : രാവുണ്ണി/കാവ്യശിഖ

ഗാന്ധിജി എനിക്ക് എന്തു തന്നു?

ഇടശ്ശേരി ഗോവിന്ദൻനായർ

മഹാത്മാ
ഗ്രന്ഥശാല
അരിമ്പൂർ
രജി.നം.TC.147
നിശബ്ദത പാലിക്കുക
✍ അജു ഷീല ഗോപാലൻ

നാന്ദി

നാഴിയുരി കവിതകൊണ്ട് നാടാകെ കല്യാണം!

വർഗീസാന്റണി

വിവരസാങ്കേതികവിദ്യകൊണ്ട് വിവേകം നഷ്ടപ്പെടുന്ന ലോകത്തെ തിരിച്ചുപിടിക്കാനുള്ള ജ്ഞാനസാങ്കേതികവിദ്യയാണിന്ന് കവിത. പുതുകവിതയിൽ രാവുണ്ണി നടത്തിക്കൊണ്ടിരിക്കുന്ന ഇടപെടലിൽ ഈ ജ്ഞാനസാങ്കേതികവിദ്യയുടെ നടനമുണ്ട്.

രാവുണ്ണി കവിതയിലെത്തിയിട്ട് നാല്പതാണ്ടുകൾ പിന്നിട്ടു. ഇതിനിടയിൽ രാവുണ്ണിക്കവിതയും മലയാളകവിതയും ഒരുപാട് മുന്നിട്ടു. ആധുനികതയിൽനിന്ന് ആധുനികോത്തരതയിലേക്കും അതിനപ്പുറത്തേക്കും കവിത ഉത്തരോത്തരം സഞ്ചരിച്ചുകൊണ്ടിരിക്കുകയാണ്. എൺപതുകളുടെ ആരംഭത്തിൽ 'ഇത്രയുമാണ് അംബികയുടെ വർത്തമാനങ്ങൾ' എന്ന കവിതയിലൂടെ അന്നത്തെ കവിതയുടെ വർത്തമാനത്തിൽ സജീവമായി ഇടപെട്ടുകൊണ്ടാണ് രാവുണ്ണി ആരംഭിക്കുന്നത്. 'പതിനഞ്ച് മുറിവുകൾ' എന്ന ആദ്യസമാഹാരം അന്നത്തെ യുവത്വം നെഞ്ചോടു ചേർത്തുപിടിച്ചു. വ്യക്തിയിലും സമഷ്ടിയിലും വ്യവസ്ഥയേൽപ്പിക്കുന്ന മുറിവുകളും അതിന്റെ നീറ്റലും നിലവിളിയുമാണ് കവിതയെന്ന് പ്രഖ്യാപിക്കുകയായിരുന്നു രാവുണ്ണി അതിലൂടെ.

എല്ലാ കവികൾക്കുമുണ്ട് വൃദ്ധിക്ഷയങ്ങൾ. പക്ഷേ, 'അമാവാസി കണ്ട് ഇനി നിലാവുദിക്കില്ലെന്ന് കരുതരുതെ'ന്നു സച്ചിദാനന്ദൻ. മലയാളകവിതയിൽ ഇത് രാവുണ്ണിക്കാലമാണ്. ഭാവത്തെയും രൂപത്തെയും ഭാഷയെയും പുതുക്കിക്കൊണ്ട് രാവുണ്ണി വർത്തമാനകവിതയുടെ ഭാവുകത്വത്തെ നവീകരിച്ചുകൊണ്ടിരിക്കുകയാണ്. കഴിഞ്ഞ രണ്ടുമൂന്നുകൊല്ലമായി രാവുണ്ണി എഴുതിക്കൊണ്ടിരിക്കുന്ന കവിതകൾ സൂക്ഷ്മമായി പരിശോധിച്ചാൽ ഇക്കാര്യം ബോധ്യപ്പെടും. ദളിത്-ഹരിത-സ്ത്രീസൗന്ദര്യശാസ്ത്രത്തിന്റെ പുതിയ ആഖ്യാനങ്ങളാണ് രാവുണ്ണി കവിതയിൽ തീർത്തുകൊണ്ടിരിക്കുന്നത്. ജന്തുകവിതയുടെയും ഫലിതകവിതയുടെയും ദേശകവിതയുടെയും രൂപമുദ്രകൾ അവയെ വേറിട്ടതാകുന്നു. ഇപ്രകാരം രൂപത്തിന്റെയും ഭാവത്തിന്റെയും ബഹുസ്വരാലാപനമായി ആ കവിതകൾ മാറുന്നു.

പല കാരണങ്ങളാൽ വായനക്കാരിൽനിന്ന് അകന്ന കവിതയെ പലതരത്തിൽ വായനക്കാരിലേക്ക് അടുപ്പിക്കുന്നു രാവുണ്ണിക്കവിത. ശബ്ദാർത്ഥങ്ങളുടെ അസഹിതഭാവംകൊണ്ടോ അസഹനീയഭാവംകൊണ്ടോ പല കവിതകളും ഇന്ന് വായനക്കാരന് കീറാമുട്ടിയാണ്. രാവുണ്ണിക്കവിത ശബ്ദാർത്ഥങ്ങളുടെ പുതിയൊരു സഹിതഭാവംകൊണ്ട് വായനക്കാരന് കാവ്യാനുഭവം പകരുന്നു. കവിതയിൽ വായനക്കാരന് പ്രവർത്തിക്കാനുള്ള ജനാധിപത്യ ഇടം നൽകുന്നു. മനുഷ്യാവബോധത്തെ ജനാധിപത്യവത്ക്കരിക്കുകയാണ് ഇന്നത്തെ കവിത അനുഷ്ഠിക്കേണ്ട പരമമായ രാഷ്ട്രീയധർമ്മം. രാവുണ്ണിക്കവിതയിൽ ഇത് ഏറ്റവും സഫലമായി നിറവേറുന്നു.

കവിതയിൽ രാവുണ്ണി നടത്തിക്കൊണ്ടിരിക്കുന്ന കുതിച്ചുചാട്ടത്തിന്റെ സമീപകാലമുദ്രയാണ് 'മഹാത്മാ ഗ്രന്ഥശാല, മാറ്റുദേശം' (മാതൃഭൂമി ആഴ്ചപ്പതിപ്പ്/2021 മെയ് 30). മലയാളത്തിൽ ഇന്ന് കവിതയേയില്ല എന്ന ചില തലമുതിർന്ന വിലാപങ്ങൾക്കുള്ള മറുപടി കൂടിയാണീ കവിത. അടുത്തകാലത്ത് വായനക്കാർ ഏറ്റവുമധികം ഏറ്റെടുത്ത കവിത. വായിക്കപ്പെട്ട കവിത. ചർച്ചചെയ്യപ്പെട്ട കവിത. എഴുതപ്പെട്ട കവിത. സമകാലീന കവിതയുടെ ജനകീയമുഖം.

വായനക്കാരനും വായനയും വായനശാലയും ദേശവും കാലവുമൊക്കെ മാറ്റുരക്കപ്പെടുകയാണ് 'മാറ്റുദേശ'ത്തിലൂടെ. കവിത ഇവിടെ ഓരോ വായനക്കാരനും അവനവനെ കാണാനുള്ള കണ്ണാടിയും ലോകത്തെ കാണാനുള്ള കണ്ണടയുമായി

മാറുന്നു. ഉപരിതലത്തിൽ ലളിതവും അടിത്തട്ടിൽ സങ്കീർണ്ണവുമായ കവിത. നാഴിയുരി കവിതകൊണ്ട് നാടാകെ കല്യാണം!

വായനശാലയെ കേന്ദ്രമാക്കി ജീവിതത്തെയും ദേശത്തെയും കാലത്തെയും അടയാളപ്പെടുത്തുന്ന ശ്രദ്ധേയമായ ആഖ്യാനങ്ങൾ ഇതിനുമുൻപും മലയാളത്തിൽ ഉണ്ടായിട്ടുണ്ട്. സക്കറിയയുടെ 'യേശുപുരം പബ്ലിക്ക് ലൈബ്രറിയെപ്പറ്റി ഒരു പരാതി', ഈ. ഡി.ഡേവീസിന്റെ 'ആലിൻതണലിലൊരു ജോസഫോർമ' എന്നീ കഥകളും അജയ് പി.മങ്ങാട്ടിന്റെ 'സൂസന്നയുടെ ഗ്രന്ഥപ്പുര,' സക്കറിയയുടെ 'ഇഷ്ടികയും ആശാരിയും' എന്നീ നോവലുകളും പി.പി.രാമചന്ദ്രന്റെ 'ലൈബ്രേറിയൻ മരിച്ചതിൽപിന്നെ' എന്നീ കവിതയും അവയിൽ ചിലതാണ്.

'സ്വച്ഛഭാരതം'എന്ന വാക്കിലാണ് 'മഹാത്മാ ഗ്രന്ഥശാല, മാറ്റുദേശം' അവസാനിക്കുന്നത്. ഇത്രയും നല്ല കലാശം അടുത്ത കാലത്തൊന്നും കവിതയിൽ കണ്ടിട്ടില്ല. ഐറണിക്കൽ കലാശം. ദേശക്കലാശം. കലാശത്തിൽ കലാശിക്കരുത് കവിതയെന്ന് ഇത്രയേറെ നിഷ്കർഷിക്കുന്ന കവിതകൾ ചുരുക്കം.

ഒരു കവിതയെ എങ്ങനെയൊക്കെ വായിക്കാം എന്നതിന്റെ അടയാളപ്പെടുത്തലാണീ പുസ്തകം. ഉരയിലും വരയിലുമുള്ള അടയാളപ്പെടുത്തൽ. അടുപ്പവും അകലവും ദിശയുമെല്ലാം ഒന്നിനെ അനേകമാക്കുന്നു. അതുപോലെ ഓരോ നല്ല കവിതയും വായനയിൽ അനേകമായി പെരുകുന്നു. 'മാറ്റുദേശ'ത്തെ നിരൂപകരും കവികളും കഥാകൃത്തുക്കളും വായനശാലക്കാരും വായിക്കുകയാണിവിടെ. ഒരു കോണിലോ പല കോണിലോ നിന്നു വായിക്കുകയാണ്. മലയാളത്തിൽ അയ്യപ്പപ്പണിക്കരുടെ 'കുരുക്ഷേത്രം'പോലെ ചുരുക്കം ഒറ്റക്കവിതകളേ ഇത്തരത്തിൽ പുസ്തകരൂപത്തിൽ അവതരിച്ചിട്ടുള്ളൂ.

നന്ദി.

എഴുതിയവർക്കും വരച്ചവർക്കും വായിക്കാനിരിക്കുന്നവർക്കും.

കവിത

മഹാത്മാ ഗ്രന്ഥശാല, മാറ്റുദേശം

രാവുണ്ണി

അരിമ്പൂർ ഗ്രാമപഞ്ചായത്താപ്പീസിനു
മുന്നിൽ ബസ്സിറങ്ങി
അവണൂർ ജയപ്രകാശ് എന്ന
പാർട്ടൈം ലൈബ്രേറിയൻ
ഒരോട്ടമാണ് മഹാത്മാ ഗ്രന്ഥശാലയിലേക്ക്.
വാതിൽ തുറക്കുന്ന ശബ്ദം കേട്ടാൽ മതി
പുസ്തകങ്ങൾ ആരവമുതിർക്കും.

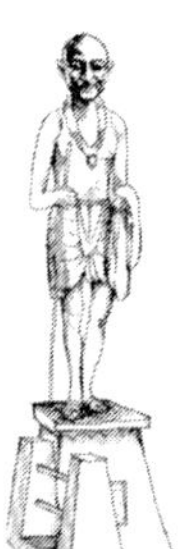

കവിയും ചിത്രകാരനുമായ ജയന്
ലൈബ്രേറിയന്റെ കൈയിളകുന്ന
മരക്കസേരയിൽ ഇരിക്കാൻ
നേരം കിട്ടാറില്ല.
ഓരോ പുസ്തകവും കൈയിലെടുത്ത്
തലോടും, കുശലം ചോദിക്കും
ഒന്നാംക്ലാസിലെ കുട്ടികളെപ്പോലാണവർ
കലപില, പരാതി, ബഹളം, പൊട്ടിച്ചിരി
ഏകാധ്യാപകവിദ്യാലയത്തിലെ
സ്നേഹച്ചൂരലേന്തിയ മാഷായി
ജയൻ വിലസി.

തിങ്കളാഴ്ച മഹാത്മാ ലൈബ്രറി മൂകം
അവണൂരിലിരുന്ന് ജയന് പൊറുതി കെടും
പുസ്തകമണമാണയാളുടെ വിരലുകൾക്കെന്ന്
മകൾ കല്ല്യാണി പരിഭവം പറയും
ലൈബ്രറിയാണയാളുടെ യഥാർത്ഥവീട്
ഏകപ്രണയം, നിത്യപ്രാർത്ഥന.

മനോഹരമായ കൈപ്പടയിൽ
ചിത്രങ്ങൾ സഹിതം
ജയൻ അയച്ച പോസ്റ്റ്കാർഡുകൾ
നാടെമ്പാടും പറന്നു
പൂവാടിയിൽ ചിത്രശലഭങ്ങളെന്നപോലെ
മഹാത്മാ ഗ്രന്ഥശാലയിൽ
യുവാക്കൾ പാറിവന്നു.

പുസ്തകങ്ങളുടെ ആദ്യപേജിൽ അന്നും
ജയിൽപ്പുള്ളിക്കെന്നപോലെ നമ്പറുണ്ട്
പല പേജുകളിൽ
ആവർത്തിക്കുന്ന വട്ടമുദ്രയും.
അനുവാചക പ്രതികരണ സിദ്ധാന്തവും
പ്രയോഗവും
പല കൈപ്പടയിൽ പല നിറങ്ങളിൽ
ആദ്യപേജ് തൊട്ടേ തെളിഞ്ഞുകാണാം.

'ഇമ്മാതിരി പുസ്തകം വായിക്കുന്നവൻ കഴുത
ഈ നോവലിസ്റ്റിനെ കണ്ടാൽ കൊല്ലണം
ഭയങ്കര ബോറ്
പോയി തൂങ്ങിച്ചാവടാ
അമ്മേ ജമ്മം പോയി
ഇതിയാന്റെ പെമ്പിള ഒളിച്ചോടും
പോയി അക്ഷരം പഠിച്ചിട്ടു വാടാ
അയ്യോ വട്ടായേ
ഈ കൂളിങ്ങ് ഗ്ലാസുകാരനാണ്ടാ
കൊലയാളി.
ഇതിനി വായിക്കണ്ട്റാ.'

ഗ്രന്ഥകർത്താവ് മാത്രം
എഴുതിയാൽ പോരല്ലോ
എന്ന ന്യായേന ഓരോ പേജിലും
കാരയിത്രിയും ഭാവയിത്രിയും
തമ്മിൽ ഏറ്റുമുട്ടി.
'ഇതു വല്ലോം നടക്കുന്ന കാര്യാണോ?
ഇയാൾക്ക് മെന്റലാ
ഇവള് കുടുമ്മം കലക്കും
ആ ചെക്കൻ പെശകാ.'

ദയവായി പത്താംപേജ് നോക്കിയാലും
എന്ന് ഒന്നാംപേജിൽ
അയ്യോ, എൺപതാംപേജിലാണ്

നോക്കേണ്ടത്
എന്ന് പത്തിൽ
നൂറ്റിരുപതിൽ നോക്കൂ
എന്ന് എൺപതിൽ
ശ്ശെടാ, നൂറ്റമ്പതിലല്ലേ നോക്കേണ്ടത്
എന്ന് നൂറ്റിരുപതിൽ
ലാസ്റ്റ്പേജിൽ വാടാ എന്ന് നൂറ്റമ്പതിൽ
ഹഹഹഹ പമ്പരവിഡ്ഢീ...
എന്ന് ലാസ്റ്റിൽ.
മുഷിഞ്ഞ പേജുകൾ
അടർന്ന ചട്ട
പല മഷിയിൽ കറകുറ.

വായനാരാത്രിയിൽ ഏഴിലംപാല പൂത്തു.
താളുകൾക്കിടയിലൂടെ
മേഘസന്ദേശങ്ങൾ ഒഴുകി
തിരസ്കൃതകാമുകൻ
നെഞ്ചുപൊട്ടിപ്പിടഞ്ഞു
പ്രണയികളും വിരഹികളും
വിപ്ലവകാരികളും
രാത്രി മുഴുവൻ പുസ്തകങ്ങൾ
കെട്ടിപ്പിടിച്ചു കിടന്നു
ചുണ്ടിൽ എരിയുന്ന ഹാഫ് എ കൊറോണയുമായി
ഡിറ്റക്ടീവ് പുഷ്പരാജ് ഇരുളിലേക്കൂളിയിട്ടു
പാഠപുസ്തകത്തിനുള്ളിൽ ഒളിപ്പിച്ചുവെച്ച്
രാത്രി ഉറക്കമിളച്ചിരുന്നു വായിച്ച
നോവലിലെ തരുണി
മൂന്നാംനിലയിൽനിന്ന്
ജനലിലൂടെത്തിച്ചുനോക്കി
മതിലിൻമുകളിലൂടെ ഒരു പൂങ്കുല
പറന്നുവന്ന് ഇപ്പുറത്ത് വീണു
ഏകാന്തതയുടെ കാനനങ്ങളിലൂടെ
രമണന്റെ മുരളീനാദം ഒഴുകിപ്പരന്നു
മഹാത്മാവും ഗുരുവും മാർക്സും
നവഖാലിയിലലഞ്ഞു
യൗവ്വനം പ്രണയസുരഭിലവും
വിപ്ലവോന്മുഖവും ആയി
അക്ഷരപ്പന്തങ്ങൾ ഏറ്റുവാങ്ങാൻ
യുവാക്കൾ വന്നു
ന്യായം വേദം ദർശനം തർക്കം

പുസ്തകങ്ങൾ മനുഷ്യരെ
ലോകസഞ്ചാരം ചെയ്യിച്ചു
കാറ്റ് എന്ന വിപ്ലവകാരി നാട് പിടിച്ചുകുലുക്കി
ദേശമുണർന്നു.

നാൽപതാണ്ടിനുശേഷം ഞാൻ
ഇന്നാണ് മഹാത്മാ ഗ്രന്ഥശാലയിൽ പോയത്
മേലാസകലം അഴുക്കു നിറഞ്ഞും
പൊട്ടിപ്പൊളിഞ്ഞും
അതേ ഊന്നുവടിയുമായി
അതേ വിളറിയ ചിരിചിരിച്ച്
അതേ മഹാത്മാ
അതേ കാവൽ.

കാറ്റുകടക്കാത്ത ചില്ലലമാരയിലെ
റഫറൻസ് ഗ്രന്ഥാവലി മുഴുവൻ
പാറ്റയും ചിതലും വായിച്ചുതീർത്തിരിക്കുന്നു
ലൈബ്രേറിയന്റെ ഇളകുന്ന
മരക്കസേര ഇപ്പോഴില്ല
അക്ഷരാനുരാഗിയായ കവിയുമില്ല
ലിപ്സ്റ്റിക്കും നെയ്ൽപോളിഷും
റോസ് പൗഡറും അണിഞ്ഞ
ഫുൾടൈം ലൈബ്രേറിയൻ
സുസ്മിതാ ഹരൻ
ഡിജിറ്റൽ ഏസീ റൂമിലെ
ചക്രക്കസേരയിലിരുന്ന്
കോട്ടുവായിട്ട് കമ്പ്യൂട്ടറിൽ ഊളിയിടുന്നു
സ്ക്രീനിൽ ദൃശ്യചാരുതയുടെ
മാരീചനടനങ്ങൾ.

ഗ്രന്ഥശാലാഹാളിൽ ഭീകരനിശ്ശബ്ദത
പുസ്തകങ്ങൾ നെടുമോഹനിദ്രയിൽ.

ഒരു കവിതാഗ്രന്ഥമെടുത്തുപോന്നു
തുന്നൽ പൊട്ടിയിട്ടില്ല
പുതുമണം മാഞ്ഞിട്ടില്ല
വെളുവെളുത്ത പേജുകൾ
വർണശബളം ചട്ട
ഒരുപേജിലും വായനക്കാരുടെ
മഷിയും അഴുക്കും പുരണ്ടിട്ടില്ല.

സ്വച്ഛഭാരതം!

ആഴങ്ങൾ

നിരൂപകരുടെ വായനകൾ

സലിം റഹ്മാൻ

ദേശത്തെ എഴുതുന്ന കവിത

എം.കെ.സാനു

കവി രാവുണ്ണിയെ എനിക്ക് 1980 മുതലേ പരിചയമുണ്ട്. 1980-ൽ കലാകൗമുദിയിൽ എഴുതിയ 'ഇത്രയുമാണ് അംബികയുടെ വർത്തമാനങ്ങൾ' എന്ന കവിത എന്റെ മനസ്സിൽ ഇടം പിടിച്ചിരുന്നു. 'വളരെ പെട്ടെന്നായിരുന്നു എല്ലാം സംഭവിച്ചത്' എന്ന കവിത ഞാൻ ആ വർഷത്തെ കവിതാവലോകനത്തിൽ രേഖപ്പെടുത്തുകയും ചെയ്തു.

രാവുണ്ണിയിൽ അങ്കുരിച്ച മാനവികദർശനത്തിന്റെ പ്രഫുല്ലത പിന്നീട് ഒട്ടേറെ കവിതകളിൽ കാണാനിടയായി. അമേരിക്കൻ പോലീസ് ഭീകരതയുടെ ഇരയായ ജോർജ് ഫ്ളോയ്ഡ് എന്ന കറുത്തവംശജനെക്കുറിച്ച് എഴുതിയ കവിതയും മറ്റും എന്റെ ശ്രദ്ധയിൽപെട്ടിരുന്നു. 'കറുത്ത വറ്റേ... കറുത്ത വറ്റേ...' എന്ന കവിതാസമാഹാരവും.

'മഹാത്മാ ഗ്രന്ഥശാല, മാറ്റുദേശം' എന്ന കവിതയിലൂടെ രാവുണ്ണി കേരളീയ ഗ്രാമീണ ലൈബ്രറികളുടെ നല്ല കാലത്തേക്ക് നമ്മെ കൂട്ടിക്കൊണ്ടുപോകുകയാണ്. 1980-കൾ പുസ്തകങ്ങളുടെ കാലമായിരുന്നു. ഇരുപതാംനൂറ്റാണ്ട് പൊതുവിൽ പുസ്തക സംസ്കാരത്തിന്റെ കാലമായിരുന്നു. പരിവർത്തനോന്മുഖമായ ധാരാളം മനസ്സുകളെ പുസ്തകങ്ങൾ നിർമ്മിച്ച കാലം. ആ കാലത്തിന്റെ ഓർമ്മകളിലൂടെയാണ് 'മഹാത്മാ ഗ്രന്ഥശാല, മാറ്റുദേശം' എന്ന കവിത വികസിക്കുന്നത്. പിന്നീട് പുതിയ കാലത്തെ ലൈബ്രറികളുടെ അവസ്ഥ, എല്ലാറ്റിനും സാക്ഷ്യംവഹിക്കുന്ന ആചാര്യനായി അവിടെ നിലകൊള്ളുന്ന ഗാന്ധിജി. മലീമസമായ സമകാല ഇന്ത്യയുടെ ഓർമ്മകളിലേക്ക് സഹൃദയനെ കൂട്ടിക്കൊണ്ടുപോകുന്നിടത്താണ് കവിത ഫലപ്രാപ്തിയിലെത്തുന്നത്.

തീർച്ചയായും രാവുണ്ണിയുടെ കവിത കറുത്ത കാലത്തെ പ്രതിരോധിക്കുന്നു. സഹൃദയരോടു വികാരസ്പർശിയാംവിധം സംവദിക്കുകയും ചെയ്യുന്നു. കവിതയിൽ ദേശത്തിന്റേതായ എഴുത്ത് ഇവിടെ രൂപമെടുക്കുന്നതായി ഞാൻ മനസ്സിലാക്കുന്നു.

ഒടുവിലത്തെ ഒറ്റപ്പദം

എം.ലീലാവതി

ഐറണി (വിപരീതലക്ഷണ) വിഭാഗത്തിൽപ്പെട്ട ഒരു മികച്ച രചനയാണ് 'മഹാത്മാ ഗ്രന്ഥശാല, മാറ്റുദേശം.' ഐറണിയുടെ ക്ലൈമാക്സ് ഒടുക്കത്തെ പദത്തിലാണ്: സ്വച്ഛഭാരതം! ആ കാവ്യബിംബം ഉദിച്ചതോടെ കവിതയ്ക്ക് അതിഗരിമയുള്ള ഒരു അന്തഃസ്തലം വിടരുന്നു. ബഹിഃസ്തലാർത്ഥം: പഴയകാലത്ത് വായനയിലുണ്ടായിരുന്ന ആവേശം ഇന്നു ലവലേശം ഇല്ലാതായിപ്പോയതിലെ ദുരന്തഗൗരവം. അന്തഃസ്തലാർത്ഥം: സ്വച്ഛമാക്കപ്പെട്ട ഭാരതത്തിനും പുസ്തകത്തിനും വന്നുചേർന്ന ദുരന്തത്തിന്റെ ഗൗരവം.

വായനയിൽ ആവേശം പൂണ്ടിരുന്ന ആളുകൾ പെരുത്തുണ്ടായിരുന്ന കാലത്ത് പുസ്തകങ്ങളിൽ "കാരയിത്രീപ്രതിഭയോട് ഭാവയിത്രീപ്രതിഭ" ഏറ്റുമുട്ടിയതിൽ നിന്നുളവായ കമന്റുകളുടെ മഷിയും അഴുക്കും പുരണ്ടിരുന്നു. പുസ്തകങ്ങൾ മുഷിഞ്ഞിരുന്നു. ഇപ്പോൾ പാറ്റകളും ചിതലും "വായിച്ചുതീർത്ത" പഴയ പുസ്തകങ്ങളിൽ അക്ഷരങ്ങളുടെ സ്ഥാനത്ത് ശൂന്യത. പുതിയ പുസ്തകങ്ങളിലാകട്ടെ ആരും തുറക്കാത്തതുകൊണ്ട് സ്വച്ഛത. വായനശാലയുടെ കാവൽക്കാരനായ മഹാത്മാ "അഴുക്കു നിറഞ്ഞ് പൊട്ടിപ്പൊളിഞ്ഞ് പഴയ പല്ലില്ലാച്ചിരിയോടെ" ഇപ്പോഴും

നിൽക്കുന്നുണ്ട്, ഭാരതത്തെ സ്വച്ഛമാക്കാൻ ഒരുങ്ങിയിറങ്ങിയവരും മഹാത്മാവിനെത്തന്നെയാണ് കാവൽക്കാരനാക്കിയത്. അവർ പൂജിക്കുന്നതാകട്ടെ ദത്തെടുത്ത നേതാവിന്റെ ആകാശം മുട്ടുന്ന പ്രതിമയെയാണ്, രാമനെയല്ല രാമക്ഷേത്രത്തെയാണ്. ദരിദ്രനാരായണന്മാർ പാറ്റകളും ചിതലുംപോലെ പെരുകിയിരിക്കുന്നു. എ.സി. റൂമിലെ ചക്രക്കസേരയിലിരുന്നു കംപ്യൂട്ടറുകളിലൂളിയിടുന്ന ചുരുക്കം സമ്പന്നർ (ലൈബ്രേറിയൻ) തിളങ്ങുന്നു. ലൈബ്രറി-നാട്-മുടിയുന്നു.

അങ്ങനെ അഴുക്കുനിറഞ്ഞ, "നെടുമോഹനിദ്രയിൽപ്പെട്ട" പുസ്തകങ്ങളും ഗ്രന്ഥശാലയും നാടിന്റെയും സമ്പത്തിലും സുഖത്തിലും ആലസ്യത്തിലും മദംപൂണ്ട ലൈബ്രേറിയൻ 'സ്വച്ഛഭാരത'ത്തിലെ പെട്ടെന്നുവളർന്ന ശതകോടീശ്വരന്മാരുടെയും പ്രതീകങ്ങളായിത്തീരുന്നു. പഴയ ലൈബ്രറിയുടെയും വായനക്കാരുടെയും പുസ്തകങ്ങളുടെയും ഗ്രന്ഥകർത്താക്കളുടെയും വിവരണങ്ങൾ കവിതയ്ക്ക് ബഹിഃസ്തലചാരുതയുളവാക്കുന്നു. കമന്റുകളിലും മറ്റുമുള്ള ഗ്രാമീണഭാഷയും യാഥാർത്ഥ്യവും ഔപമ്യങ്ങളും ഹാസ്യത്തിന്റെ ലാഘവത്തിൽ കേന്ദ്രിതമാണ്.

ഒടുവിലത്തെ ഒറ്റപ്പദത്തിലുള്ള ഐറണിയും കാവ്യബിംബവും ലഘുതയെ പെട്ടെന്ന് അന്തഃസ്തലഗുരുതയാക്കി വളർത്തുന്നു. വാമനാവതാരംപോലുള്ള ഒരു കാവ്യബിംബം!

പുസ്തകാലയവും കാലവും

ഇ.പി.രാജഗോപാലൻ

അറിവ് എല്ലാവർക്കും എന്ന നവോത്ഥാനക്കിനാവിന്റെ നിറവേറലാണ് കേരളത്തിലെ പൊതുഗ്രന്ഥാലയങ്ങൾ. ഗ്രന്ഥാലയങ്ങളുടെ സാന്ദ്രത ഇങ്ങനെയുള്ള മറ്റൊരു ഇന്ത്യനിടം ഇല്ല. ലോകത്തിന്റെ കണക്കിൽതന്നെ ഇത് ഒരു മാതൃകാസ്ഥാനമായിരിക്കും (എന്നു തോന്നുന്നു).

ഇന്ന് ഒരു അമ്പത് വയസ്സെങ്കിലുമുള്ള ഒരാൾക്ക്, ഓരോയാൾക്കും ഗ്രാമഗ്രന്ഥാലയങ്ങളെക്കുറിച്ച് അനുഭവപരമായി പറയാനുണ്ടാവും. ഉറപ്പാണ്. കേരളീയതയുടെ ഒരു അടയാളമാണ് ഈ അറിവിടങ്ങൾ.

രാവുണ്ണിയുടെ ആഖ്യാനത്തിൽ ലൈബ്രറി അസാധാരണമായ സാധാരണതയോടെ വരുന്നു. വല്ലാത്ത ചരിത്രപരതയുണ്ട് ഈ അരിമ്പൂർകഥനത്തിന്. ലൈബ്രറിയെക്കുറിച്ചുള്ള ഔദ്യോഗികമോ ഔപചാരികമോ ആയ ചരിത്രവിചാരം കവിതയാവില്ല-സർഗ്ഗസാഹിത്യമാവില്ല. രാവുണ്ണി മറുപുറം നോക്കുന്നു. ലൈബ്രേറിയന്റെ ഇളകുന്ന കസേര ഓർമ്മയുടെ ഭദ്രാസനമാകുന്നു. ലൈബ്രേറിയന് ആഖ്യാനത്തിനുള്ള അർഹതയുണ്ടെന്ന് കവിക്ക് സംശയമില്ല. അതിനാൽ ഈ കവിത ബദലാണ്.

ലൈബ്രേറിയന്റെ സർവ്വീസ് ബുക്കാണ് കവിതയുടെ ആദ്യഭാഗം. അയാൾ എത്ര ഊർജ്ജസ്വലനാണ് എന്നാണ് കവിത കണ്ടറിയുന്നത്. യൗവനം എന്നതിന്റെ ആവിഷ്കാരമാണ് അയാൾ. ജയകുമാരൻ എന്നാണ് അയാളുടെ പൊതുജീവിതത്തിന്റെ ചുരുക്കം. യൗവനത്തിന്റെ സ്ഥാപനമായി ലൈബ്രറി മാറുന്നു. അത് 'മാറ്റു(ന്ന)ദേശം' തന്നെ.

ലൈബ്രറിയുടെ ചരിത്രം വായനക്കാരുടെ കുറിപ്പുകളിലൂടെ ചിത്രപ്പെടുത്തുന്ന ഭാഗത്തിന് അസാധാരണമായ രസനീയതയും ചടുലതയും ഉണ്ട്. പുസ്തകങ്ങളിൽ എഴുതിവെക്കുന്നത് ഒരർത്ഥത്തിൽ തെറ്റാണ്.

എന്നാൽ, അത് രസംപിടിച്ച ലൈബ്രറിയുപയോഗത്തിന്റെ ഗെയിം ആണ്. കേരളത്തിലുടനീളം ഈ എഴുത്തുകളി നടന്നിരുന്നു. ഇത് എങ്ങനെ തുടങ്ങി, തുടർന്നു, പടർന്നു എന്നതിനെപ്പറ്റിയൊന്നും ധാരണ പോരാ. നാട്ടിലെമ്പാടും ഇത് ഉണ്ടായിരുന്നു എന്നതിന് പഴയ ലൈബ്രറി പുസ്തകങ്ങൾ സാക്ഷി. ഒരുതരം ഫോക്‌ലോറാണ് ഇത്. ലാട്രിൻ ചുമരുകളിൽ ഇങ്ങനെ വരച്ചിടുന്നതിനെ Latrilinea എന്ന് സ്ഥിരപ്പെടുത്തിയിട്ടുണ്ട്. രാവുണ്ണിയുടെ ഓർമ്മ കവിതയിൽ കുറിച്ച പുസ്തകക്കുറിമാനങ്ങളെ മുൻനിർത്തി Librilinea എന്ന പുതിയ വാക്കുണ്ടാക്കി ലോകത്തിന് മുൻപാകെ വെക്കാൻ ഉത്സാഹം തോന്നുന്നു. അത്രമേൽ വസ്തുനിഷ്ഠവും രസകരവുമാണത്.

ആത്മാർത്ഥതയുടെ ഒന്നാംഖണ്ഡത്തിനും ഉത്സവീയതയുടെ രണ്ടാംഖണ്ഡത്തിനുംശേഷം (ഒരുപക്ഷേ, അനിവാര്യമായും) കവിത സങ്കടക്കാഴ്ചയിൽതന്നെ എത്തിച്ചേരുന്നു. ലൈബ്രറിയുടെ അനാഥനിശ്ചലതയും അതിന്മേലുള്ള ഗാന്ധിസാക്ഷ്യവും ചേർന്ന് ഒരു വിമർശനസ്ഥാനമുണ്ടായിരിക്കുന്നു. നിരാശയുണ്ട് ഇവിടെ. അതിനപ്പുറം ഉത്കണ്ഠയാണുള്ളത്. കവിത ഈ ഘടനയിൽ പിറന്നത് ഈ വിഷമങ്ങൾക്ക് മരുന്നുണ്ടാവാനാണ് എന്നതാണ് കരുതേണ്ടത്. അച്ചടിപ്പുസ്തകസംസ്കൃതിയെയും സ്വതന്ത്ര സാംസ്കാരികസ്ഥാപനങ്ങളെയും കണക്കിലെടുത്ത് ഭൂതവർത്തമാനങ്ങളെ നോക്കുന്ന ഈ കവിതയുടെ ആകർഷകമായ നാടകത്തിന് സലാം.

ലൈബ്രറി ലോകകവിതയ്ക്ക് ഒരു നല്ല വിഷയമാണ്. ചാൾസ് സ്മിത്തിന്റെ In the Library, നിക്കി ജിയോവന്നിയുടെ My First Memory of Librarians, എഡ്വേഡ് ഹിർഷിന്റെ Branch Library, ജോസഫ് മിൽസിന്റെ If Librarians were Honest, നയോമി ഷിഹാബ് നൈയുടെ Because of Libraries We Can say these Things...

അതിന്റെ ഭാഗമായ മലയാളത്തിലും മികച്ച ലൈബ്രറി കവിതകൾ ഉണ്ട്. ഭാവനാഭാഷയുടെ ആ അലമാരയിൽ രാവുണ്ണിയുടെ ഈ കവിതയെയും കാണുന്നതിൽ വായനക്കാരനായ ഞാൻ സന്തോഷിക്കുന്നു.

ഒരു വായനശാലയുടെ കഥ, ഒരു രാഷ്ട്രത്തിന്റെ ആത്മകഥയാകുന്നത്

സജയ് കെ.വി.

ഗ്രാമീണ വായനശാലകളിൽ ചെലവഴിച്ച ഒരു ചെറുപ്പം, ഇപ്പോൾ മധ്യവയസ്കരും വൃദ്ധരുമായിക്കഴിഞ്ഞ മലയാളികൾക്കുണ്ടായിരുന്നു. പിൽക്കാലം വലിയ വായനക്കാരൊന്നുമായി മാറിയില്ലെങ്കിലും ആ വായനക്കാലം അവരിൽ എക്കാലവും ശേഷിക്കുന്ന ചില മുദ്രകൾ പതിച്ചിട്ടുണ്ടാവും. പലർ വായിച്ച പുസ്തകങ്ങളാണ് വായനശാലയിലേത്. ഏതൊക്കെയോ അജ്ഞാതരുടെ കൈയിലിരുന്നു മിടിച്ച അതേ താളുകളാണ് ഞാനുമിപ്പോൾ വായിക്കുന്നത്. അയാളുടെ കുറുമ്പും കുസൃതിയുമെല്ലാം ചിലപ്പോൾ അതിൽ കുറിക്കപ്പെട്ടിട്ടുമുണ്ടാവും.

ഇത്തരം വായനശാലകളാണ് അന്നത്തെ യൗവ്വനത്തെ സമരസന്നദ്ധവും പ്രണയസന്നദ്ധവുമാക്കിയിരുന്നത്. അവരുടെ ഏകാന്തതകളെ അത് അക്ഷരവെളിച്ചത്താൽ ദീപാലംകൃതമാക്കി. പുസ്തകത്തെ പ്രണയിക്കുന്നതോടൊപ്പം പുസ്തകത്തിലൂടെയും അവർ പ്രണയിച്ചു. വിശാലതരമായ പുതിയ ലോകങ്ങൾ കണ്ടു. മാർക്സിന്റെയും മഹാത്മാവിന്റെയും നാരായണഗുരുവിന്റെയും ആശയങ്ങളാൽ പ്രചോദിതരായി. മറ്റു ചിലർക്കാകട്ടെ കോട്ടയം പുഷ്പനാഥിലൊതുങ്ങി തങ്ങളുടെ വായനയുടെ അഭിനിവേശങ്ങൾ.

വായിച്ച് കവികളായവരും വലിയ എഴുത്തുകാരായവരുമുണ്ടാവാം കൂട്ടത്തിൽ.

ഇത്തരം വായനശാലയോർമ്മകളെയാണ് സംബോധന ചെയ്യുന്നത് രാവുണ്ണിയുടെ 'മഹാത്മാ ഗ്രന്ഥശാല, മാറ്റുദേശം' എന്ന കവിത, ഒന്നാമതായി. ലൈബ്രേറിയനാണ് വായനശാലയിലെ ദൈവം. അവിടത്തെ പുസ്തകങ്ങളുടെ ഏറ്റവുമടുത്ത ചങ്ങാതി. പുസ്തകങ്ങളുടെ ഉദ്യാനപാലകൻ. അത്തരമൊരാളെ, 'അവണൂർ ജയപ്രകാശ്' എന്ന അക്ഷരാനുരാഗിയും കവിയും സഹൃദയനുമായ മഹാത്മാ ഗ്രന്ഥാലയത്തിലെ ലൈബ്രേറിയനെ, രാവുണ്ണിയുടെ കവിതയും കാണിച്ചുതരുന്നുണ്ട്.

ഒടുവിൽ, മാറിയ കാലം വിജനമാക്കിയ ലൈബ്രറിയെയും വായനക്കാരില്ലാതായ പുസ്തകങ്ങളെയും കമ്പ്യൂട്ടറിനുമുന്നിലിരുന്ന് പുസ്തകക്കണെക്കു നോക്കുന്ന പുതിയ ലൈബ്രേറിയനെയും കവിത കാണിച്ചുതരുന്നു. ഇത് കേവലമായ ഒരു ഗൃഹാതുരത്വത്തിന്റെമാത്രം ആഖ്യാനമല്ല എന്നിടത്താണ് ഈ കവിത വ്യത്യസ്തമാകുന്നത്. കേരളസമൂഹത്തിനു സംഭവിച്ച (വി)പരിണാമങ്ങളുടെയും പരിക്കുകളുടെയും ഒരു സൂക്ഷ്മചിത്രം കൂടിയാണിത്. പുസ്തകങ്ങളിൽനിന്നകന്ന് ഒറ്റപ്പെട്ട തുരുത്തുകളാവുകയാണ് മനുഷ്യർ. ആശയലഹരിയും സൗന്ദര്യലഹരിയും ഒഴിഞ്ഞുപോവുകയാൽ സ്വകാര്യതയുടെ ഹീനമായ ആനന്ദങ്ങളിൽ മുഴുകി അവനും ഒരു കമ്പ്യൂട്ടറിനുമുന്നിൽ, അതിന്റെ മാരീചവർണ്ണത്തിളക്കങ്ങൾക്കുമുന്നിൽ, ചടഞ്ഞിരിക്കുന്നു. ഈ സന്ദർഭത്തിലേക്ക് കവി കൗശലപൂർവ്വം കടത്തിവിടുന്ന ഒരു വാക്കുണ്ട്. 'നെടുമോഹനിദ്ര' എന്ന വാക്കാണത്. ആശാന്റെ ലീലാകാവ്യത്തിന്റെ തുടക്കശ്ലോകത്തിലാണ് നമ്മൾ അത് ആദ്യമായിക്കണ്ടത്. ആശാന്റെ നായിക നെടുമോഹനിദ്രയിൽ നിന്നുണർന്നതോടൊപ്പം മലയാളിയും ഉണർന്നു. കേരളീയനവോത്ഥാനം എന്ന വമ്പിച്ച ഉണർച്ചയായിരുന്നു അത്. ഇപ്പോഴിതാ ആ നെടുമോഹനിദ്രയുടെ കെടുനേരം വീണ്ടുമെത്തിയിരിക്കുന്നു. മനുഷ്യസ്പർശമേശാത്ത പുസ്തകങ്ങൾ മാത്രമല്ല പുസ്തകബന്ധം നഷ്ടപ്പെട്ട മനുഷ്യരും അതേ മോഹനിദ്രയിൽ.

പുതുകാലത്തിന്റെ വായനശാലയിലെ പുസ്തകങ്ങളിൽ വായനക്കാരുടെ കൈകളിൽനിന്നു പകർന്ന ഭംഗിയുള്ള അഴുക്കോ അവരുടെ കുറിക്കലുകളോ ഇല്ല. അസുഖകരമായ ഒരുതരം വൃത്തി, പുസ്തകത്തിന്. ഇവിടെയാണ് രാവുണ്ണിയുടെ കവിത

തികവുറ്റ ഒരു രാഷ്ട്രീയപ്രസ്താവനയായി മാറുന്നത്. വ്യഞ്ജകമായ ഒരൊറ്റ വാക്കുകൊണ്ട് കവി അതു സാധിക്കുന്നു-'സ്വച്ഛഭാരതം!' പലമയുടെ സൗന്ദര്യം പുലരാത്ത, വിയോജിപ്പുകൾ രാജ്യദ്രോഹമാകുന്ന കാലത്തിന്റേതാണ് ഈ സ്വച്ഛത. അങ്ങനെ മാറ്റുദേശവും അവിടത്തെ വായനശാലയും ഒരു രാഷ്ട്രത്തിന്റെ മുഴുവൻ ചരിത്രസംഗ്രഹമായി മാറുന്നു. 'മഹാത്മാ' എന്നത് വെറുമൊരു വായനശാലയുടെ പേരു മാത്രമല്ലാതായും. (വായനശാലയുടെ കരുതലുള്ള കാവൽക്കാരനായിരുന്ന ലൈബ്രേറിയനും രാഷ്ട്രത്തിന്റെ കാവൽക്കാരനായിരുന്ന മഹാത്മാവും തമ്മിൽ ഈ കവിതയിൽ എവിടെയൊക്കെയോവെച്ച് പരസ്പരം അന്വയിക്കപ്പെടുന്നുണ്ട്.)

'നെടുമോഹനിദ്ര', 'സ്വച്ഛഭാരതം' എന്നീ വാക്കുകളെ അത്രമേൽ സ്വാഭാവികമായും, അത്യന്തം ധ്വന്യാത്മകമായും കവിതയിൽ സന്നിവേശിപ്പിക്കുന്നതിലൂടെ സൃഷ്ടിക്കപ്പെടുന്ന ഈ രാഷ്ട്രീയാർത്ഥമാണ് രാവുണ്ണിയുടെ കവിതയെ പുതിയ ഒരു വിതാനത്തിലേക്കുയർത്തുന്നത്. കവിത, പ്രാഥമികമായും, വാക്കുകളുടെ കലയാണെന്നോർമ്മിപ്പിക്കുന്ന ഒരു മികച്ച രാഷ്ട്രീയരചനയാക്കി അതിനെ മാറ്റുന്നതും.

പുസ്തകവിരോധിയായ അധികാരി, രാഷ്ട്രത്തെ ദുരന്തപർവമാക്കുന്നു

പി.ആർ.ജയശീലൻ

'മഹാത്മാ ഗ്രന്ഥശാല, മാറ്റുദേശം' എന്ന രാവുണ്ണിയുടെ കവിത രണ്ടു കാലങ്ങളുടെ കഥയാണ്. ഒരു കവിതയ്ക്കകത്ത് ഇത്രയധികം ചരിത്രം പറയാമെന്നു തെളിയിച്ച കവിത. ആ ചരിത്രം ഭാവിഭാരതത്തെ സംബന്ധിച്ച് കനത്ത ആശങ്ക പങ്കുവെയ്ക്കുന്നു. അത് പങ്കുവെയ്ക്കാൻ ഒരൊറ്റ വാക്കുമതി എന്ന അവസ്ഥയിലെത്തുന്നു. അധികാരി നിസ്സങ്കോചം പടച്ചുവിടുന്ന വാക്കുകൾ നമ്മെ വല്ലാതെ വ്യാകുലരാക്കുന്നു. അതാണ് സ്വച്ഛഭാരത്. അതൊരു മാറ്റുദേശം കൂടിയാണ്. ബഹുസ്വരമായ ഒരു രാജ്യത്തെ, ജനതയെ നിങ്ങൾ എങ്ങനെ ഏകസ്വരതകൊണ്ട് തളച്ചിടുന്നു എന്ന്.

ഒരു ഗ്രന്ഥശാല അതിലെ വിവിധ പുസ്തകങ്ങൾകൊണ്ടു തന്നെ ബഹുസ്വരമാകുന്നു. പുസ്തകത്തോട് വായനക്കാർക്കുള്ള സമീപനത്തിൽ പലപല അംശങ്ങളുണ്ട്. അതിലേറെ ഗൃഹാതുരമായ ഒരവസ്ഥ കവിതയെ ചൂഴ്ന്നു നിൽക്കുന്നു. അത് പൗരാണികത മാത്രമാണ് മഹത്തരം എന്നു വിശേഷിപ്പിക്കുന്നിടത്തല്ല. പകരം പുസ്തകങ്ങൾ ഒരു ജനതയുടെ വൈവിധ്യങ്ങളെ ആലേഖനം ചെയ്യുന്ന ചരിത്രവസ്തുക്കളാകുന്നു. ജീവിതവസ്തുക്കളാകുന്നു. കാലം, ലോകം, അധികാരി എന്നിവയോട് ഒരേ സമയം

ഉള്ള ചോദ്യവും ഉത്തരവും ആണ് രാവുണ്ണിയുടെ 'മഹാത്മാ ഗ്രന്ഥശാല മാറ്റുദേശം.'

കവിത തന്നെയും ഒരു ഗ്രന്ഥശാലയാണ്. എന്നാൽ, ആ ഗ്രന്ഥ ശാലയിലൂടെ കടന്നുവരുന്ന കഥാപാത്രങ്ങൾ ഒരു രാജ്യത്തിന്റെ മുഴുവൻ ജനതയേയും കുറിക്കുന്നു. കവിതയെ നിർണയിക്കു ന്നത് കവിയും ഗ്രന്ഥശാലയെ നിർണയിക്കുന്നത് ലൈബ്രേറിയ നുമാണ്. പക്ഷേ, ആ ലൈബ്രേറിയൻതന്നെ കവിയും കവിയേ ക്കാൾ വലിയ ചരിത്രകാരനും ആകുന്നിടത്താണ് കവിതക്കകത്ത് മറ്റൊരു കഥയും കവിതയും ചരിത്രവും രൂപീകൃതമാവുന്നത്. അരിമ്പൂർ ദേശത്തിലേക്കുള്ള മഹാത്മാ ഗ്രന്ഥശാലയിലേക്ക് ജയ പ്രകാശ് എന്ന ലൈബ്രേറിയൻ ഓടിക്കയറുന്ന ഒരു ചിത്രത്തോടെ യാണ് കവിത തുടങ്ങുന്നത്. കവിത മുഴുവൻ അങ്ങിനെ വേറെ വേറെ, എന്നാൽ, തുടർച്ചയുള്ള കുറേ ചിത്രങ്ങളുടേതു കൂടി യാണ്.

കവിത സുതാര്യവും ആഖ്യാനക്ഷമവുമായ ഒരു കഥയും കൂടി യാണ്. നല്ല ഒരു കഥയായും ഈ കവിത വായിക്കാം. വിജ്ഞാന ദായിനി വായനശാല രൂപപ്പെട്ടുവരുന്ന സി.വി.ശ്രീരാമന്റെ ഒരു കഥയുണ്ട്. സക്കറിയയുടെ യേശുപുരം പബ്ലിക്ക് ലൈബ്രറിയും ഒരു ഇന്ത്യൻ വായനയാണ്. ബസ്രയിലെ ലൈബ്രേറിയൻ നമ്മളെ ഏറെ ചിന്തിപ്പിച്ച ഒന്നാണ്. പി.പി.രാമചന്ദ്രന്റെ ലൈബ്രേറിയൻ മരിച്ചതിൽ പിന്നെ എന്ന കവിതയും പ്രസക്തമാണ്. എന്താണ് ഇതൊക്കെ പറയാൻ കാരണം എന്നു ചോദിച്ചാൽ മാതൃഭൂമി വാരികയിൽ വന്ന ഈ രണ്ടുപുറം കവിതയും വേണമെങ്കിൽ ഒരു നീണ്ട കഥയോ നോവലെറ്റോ ആയി മാറ്റി എഴുതാം എന്നു ള്ളതാണ്. ജയന്റെ പുസ്തകങ്ങളോടുള്ള സമീപനമാണ് ലൈബ്ര റിയുടെ കാതൽ.

ഓരോ പുസ്തകവും കൈയിലെടുത്ത്
തലോടും, കുശലം ചോദിക്കും
ഒന്നാം ക്ലാസിലെ കുട്ടികളെപ്പോലാണവർ
കലപില, പരാതി, ബഹളം, പൊട്ടിച്ചിരി
ഏകാധ്യാപകവിദ്യാലയത്തിലെ
സ്നേഹച്ചൂരലേന്തിയ മാഷായി
ജയൻ വിലസി.

ലൈബ്രേറിയനിൽനിന്ന് അദ്ധ്യാപകനായി പരകായപ്രവേശം നടത്തുന്ന ജയൻ. അതിമനോഹരമായ ഭാവന കൂടിയാണത്.

സ്നേഹച്ചൂരലേന്തിയ മാഷ്. സത്യത്തിൽ കുട്ടികളോരോന്നും ഒരു മാഷ്ക്ക് പുസ്തകങ്ങൾ കൂടിയാണ്. പല രീതിയിൽ വായിക്കാവുന്ന പുസ്തകങ്ങൾ. അവധി സാധാരണ മാഷമ്മാർക്കിഷ്ടമാണെങ്കിൽ ഈ ലൈബ്രറിമാഷ്ക്ക് അവധിയൊട്ടും ഇഷ്ടമല്ല. Library is the first home എന്ന മറ്റൊരു പറച്ചിൽപോലെ ലൈബ്രറിയാണയാളുടെ യഥാർത്ഥവീട്, ഏകപ്രണയം, നിത്യപ്രാർത്ഥന. ലൈബ്രറിയെ ഇത്തരത്തിൽ കാണാൻ കഴിഞ്ഞിരുന്ന ഒരു തലമുറയുണ്ടായിരുന്നു നാട്ടിൽ. അതിന്റെ ഒരു പ്രതീകമാണ് ജയൻ. (ഈ കവിതയുമായി ബന്ധപ്പെട്ട on line club house ചർച്ചയിൽ ജയൻ സന്നിഹിതനായിരുന്നു എന്നതാണ് മറ്റൊരു കൗതുകം. ഒരു കവിതയിലെ കഥാപാത്രത്തെ സാക്ഷിനിർത്തിയുള്ള കാവ്യചർച്ച.)

പൂവാടിയിൽ ചിത്രശലഭങ്ങളെന്നപോലെ
മഹാത്മാ ഗ്രന്ഥശാലയിൽ യുവാക്കൾ പാറിവന്നു.

എഴുപതുകളുടെ ക്ഷുഭിതയൗവനത്തെ നിങ്ങൾ സൗന്ദര്യപൂർവം, പ്രണയപൂർവം മറിച്ചിട്ടാൽ മേൽവരികളിൽ എത്താം. കാരണം പ്രണയത്തിനും ഭരണത്തിനും വിപ്ലവത്തിനും പുസ്തകവായനയുടെ അടിസ്ഥാനം വേണം. പുസ്തകങ്ങളുടെ പേജും അതിലെ നമ്പറും അതിന്റെ മണവും എല്ലാം കൂടിച്ചേരുന്ന ഒന്നുണ്ട്. ഒപ്പം പുസ്തകം എടുത്തുകൊണ്ടുപോകുന്നവർ പുസ്തകം സൂക്ഷിച്ചുപയോഗിക്കുമെങ്കിലും അതിൽ കുറിച്ചിടുന്ന ചില അഭിപ്രായങ്ങൾ വരികൾ അത് ചരിത്രപരമാണ്. പലതരം വായനക്കാർ. പലതരം പ്രതികരണങ്ങൾ. വിദ്യാലയച്ചുവരുകളിലും അതുപോലെ മൂത്രപ്പുരകളുടെ അകത്തളങ്ങളിലും ആ മണത്തോടൊപ്പം ചേർത്തുവായിക്കാവുന്ന തെറികൾ. അതുപോലെ ചിലതും പുസ്തകത്തിനകത്തുണ്ടാകും. എല്ലാമെല്ലാം പുസ്തകസംബന്ധിതന്നെ. School is the Cross Section of Society എന്നു പറയുന്നതുപോലെ ലൈബ്രറിയും പുസ്തകങ്ങളും അതിന്റെ വായനയും അക്കാലത്ത് സമൂഹത്തിന്റെ പ്രതികരണവും പ്രതിഫലനവുമായിരുന്നു. പുസ്തകം ജീവിതവസ്തുവും പ്രണയവസ്തുവും ആയിമാറുന്ന ഒരു ഭാഗം കവിതയിലുണ്ട്.

വായനാരാത്രിയിൽ ഏഴിലംപാല പൂത്തു
താളുകൾക്കിടയിലൂടെ മേഘസന്ദേശങ്ങൾ ഒഴുകി
തിരസ്കൃതകാമുകൻ നെഞ്ചുപൊട്ടി പിടഞ്ഞു
പ്രണയികളും വിരഹികളും വിപ്ലവകാരികളും
രാത്രി മുഴുവൻ പുസ്തകങ്ങൾ കെട്ടിപ്പിടിച്ചുകിടന്നു.

അതാണ് ഞാൻ ആദ്യം പറഞ്ഞത്. രാവുണ്ണിയുടെ കവിത കവിതയുടെ പരിമിതികളെ മുഴുവൻ ഭേദിച്ച് പുറത്തു കടക്കുന്നു...

പുസ്തകങ്ങൾ മനുഷ്യരെ
ലോകസഞ്ചാരം ചെയ്യിച്ചു
കാറ്റ് എന്ന വിപ്ലവകാരി
നാട് പിടിച്ചുകുലുക്കി
ദേശമുണർന്നു.

ദേശം എന്ന കല്പനയിൽ വികസിച്ചു വികസിച്ചു ഒരു രാഷ്ട്ര മായിത്തീർന്ന ലൈബ്രറിക്ക് പിന്നീട് നാല്പത് ആണ്ടുകൾക്കു ശേഷം എന്തു സംഭവിച്ചു എന്നുള്ളിടത്താണ് കവിത രണ്ടു കാല ങ്ങളുടേതുമാകുന്നത്. മഹാത്മാ എന്ന ഒന്ന് അതേ ഊന്നുവടി പിടിച്ച് വിളറിയ ചിരിചിരിച്ച് നിൽക്കുന്നു. ലൈബ്രറിയിലെ പുസ്ത കങ്ങൾ ഓരോന്നും രാഷ്ട്രത്തിലെ പൗരൻമാർ തന്നെയാകുന്നു. ഇപ്പോഴത്തെ ലൈബ്രേറിയൻ ഡിജിറ്റൽ എ.സി.റൂമിലെ സുസ്മിതാ ഹരനാണ്. ഫാസിസത്തിന്റെ മുതലവായ തുറന്ന് കണ്ണീർ പൊഴി ക്കുന്ന ആധുനിക ഇന്ത്യൻ ലൈബ്രേറിയൻ. പക്ഷേ, ആ ലൈബ്രേ റിയന് പുസ്തകവുമായി യാതൊരു ബന്ധവുമില്ല. ഗ്രന്ഥശാല എന്ന രാജ്യത്തെ അയാൾ ഭീകരനിശ്ശബ്ദതയുടെ ഫാസിസത്തിൽ തളച്ചിട്ടിരിക്കുന്നു. ഇപ്പോൾ, ഗ്രന്ഥശാലയിലെ പുസ്തകങ്ങൾ എങ്ങനെയാണെന്നോ?

തുന്നൽ പൊട്ടിയിട്ടില്ല
പുതുമണം മാഞ്ഞിട്ടില്ല
വെളുവെളുത്ത പേജുകൾ
വർണശബളം ചട്ട.

ഒരു പേജിൽപോലും വായനക്കാരുടെ പ്രതികരണങ്ങളില്ലാത്ത മഷിയും അഴുക്കും പെടാത്ത ഒരൊറ്റ പുസ്തകമായി ഇന്ത്യ എന്ന ഗ്രന്ഥശാല മാറുന്നു. മുതലവായ തുറന്ന് ദുർഗ്ഗന്ധം പരത്തി അധികാരി 'സ്വച്ഛഭാരത്' എന്നു പറയുന്നു. കവിതയിലെ ഏറ്റവും ഒടുവിലെ 'സ്വച്ഛഭാരതം' എന്ന വാക്ക് കവിതയ്ക്കും ഗ്രന്ഥ ശാലയ്ക്കും രാജ്യത്തിനും നൽകിയ അർത്ഥവ്യത്യാസം ഗ്രന്ഥ ശാലയെ മാറ്റുദേശമാക്കുന്നു. കവിതയിൽ ഉപയോഗിച്ചിരിക്കുന്ന മാറ്റുദേശത്തെ മാറിയ ഇന്ത്യ എന്നുതന്നെ പറയാം. കാരണം അധി കാരിയുടെ മാറിയ ഇന്ത്യയിലാണ് നാം ജീവിക്കുന്നത്. ജനാധിപ ത്യത്തിനും നീതിക്കും സ്വാതന്ത്ര്യത്തിനും നാം നൽകിയ നിർവ ചനങ്ങൾക്ക് മാറ്റമുണ്ടാകുന്നു.

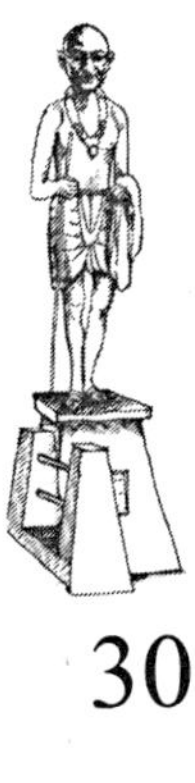

ജനാധിപത്യത്തിന്റെ ഏറ്റവും കാതലായ വശം അഭിപ്രായ സ്വാതന്ത്ര്യമല്ല. അഭിപ്രായം പ്രകടിപ്പിച്ച ശേഷമുള്ള സ്വാതന്ത്ര്യ മാണ്. അഭിപ്രായം പ്രകടിപ്പിച്ച ആളുകളുടെ ജീവിക്കാനുള്ള സ്വാതന്ത്ര്യത്തെ നിഷേധിക്കുകയാണ് ഭരണകൂടം ചെയ്തത്. അ താണ് ഗൗരി ലങ്കേഷിനും കൽബുർഗിക്കും ഗോവിന്ദ് പൻസാ രെക്കും സംഭവിച്ചത്. അത് പുസ്തകസംബന്ധിയും വായനാ സംബന്ധിയും ആയിരുന്നു.

പുസ്തകത്തേയും വായനയേയും നിഷേധിക്കുന്നവരാണ് പുതിയ അധികാരിവർഗം. അവർക്കതുകൊണ്ടുതന്നെ മനുഷ്യനെ മനുഷ്യനായി കാണാനാവില്ല. മതത്തിന്റെയും ജാതിയുടെയും വേഷത്തിന്റെയും ഭക്ഷണത്തിന്റെയും പേരിൽ ഒരു ജനതയെ വർഗീകരിക്കുന്നവരാണവർ. മാനവികവും മതേതരവുമായ എല്ലാ വേരിലും മഴു വീണിരിക്കുന്നു. കവിതയിലെ സുസ്മിതാ ഹരൻ ഈ അധികാരിവർഗത്തിന്റെ പ്രതീകമാണ്. അയാൾ ലൈബ്രേ റിയനാവുന്ന കാലത്ത് ഒരു പുസ്തകവും ആരും തുറക്കുന്നില്ല. വായിക്കുന്നില്ല. വായനാജീവിതം ഉണ്ടാവുന്നില്ല. അതാണ് നാല് പത് കൊല്ലങ്ങൾക്കുശേഷം രാഷ്ട്രം എന്ന ലൈബ്രറിക്ക് സംഭവി ച്ചത്.

ഇന്ത്യ എക്കാലവും കണ്ട ആദ്യത്തെ ഭരണകർത്താവായ ജവഹർലാൽ നെഹ്റുവിനെയും അദ്ദേഹത്തിന്റെ മതേതരസമീ പനത്തേയും ഇന്ത്യൻ മണ്ണിൽനിന്ന് തുടച്ചുമാറ്റുക എന്ന കപട ലക്ഷ്യമാണ് അധികാരിക്കുള്ളത്. അതിലൂടെയാണ് 'സ്വച്ഛഭാര ത'വും 'മാറ്റുദേശ'വും ഉണ്ടാക്കിയെടുക്കാൻ അധികാരി ശ്രമി ക്കുന്നത്. കവിത വിവിധങ്ങളായ ഇന്ത്യൻ രാഷ്ട്രീയസമസ്യകൾ നിർദ്ധാരണം ചെയ്യുന്നു.

എഴുത്തിന്റെ രാഷ്ട്രീയപാഠങ്ങൾ, വായനയുടെയും

എം.കൃഷ്ണൻനമ്പൂതിരി

രാവുണ്ണിയുടെ 'മഹാത്മാ ഗ്രന്ഥശാല, മാറ്റുദേശം' എന്ന കവിത കാലത്തെയും ദേശത്തെയും അടയാളപ്പെടുത്തുന്നതോടൊപ്പം, ഒരുപക്ഷേ അതിനേക്കാൾ പ്രാധാന്യത്തോടെ, ശക്തമായ ചില രാഷ്ട്രീയപാഠങ്ങൾകൂടി അവതരിപ്പിക്കുന്നുണ്ട്. ഗാന്ധിജിയുടെ 'സ്വച്ഛഭാരതദർശന'ത്തിൽനിന്നും മോദിജിയുടെ 'സ്വച്ഛഭാരതശാസന'യിലേക്കുള്ള ഒരു ദേശത്തിന്റെ മാറ്റത്തെയാണ് കവിത അടയാളപ്പെടുത്തുന്നത്.

അവണൂർ ജയപ്രകാശ് എന്ന പാർട്ടൈം ലൈബ്രേറിയന്റെ മുഖമായിരുന്നു അക്കാലത്ത് കേരളത്തിലെ ഏതൊരു ഗ്രാമീണ വായനശാലയിലെയും ലൈബ്രേറിയനുണ്ടായിരുന്നത്. പുസ്തകങ്ങളെ വിദ്യാർത്ഥികളായും മക്കളായും കാണുന്ന ലൈബ്രേറിയൻ-ഏകാധ്യാപകവിദ്യാലയത്തിലെ സ്നേഹച്ചൂരലേന്തിയ മാഷായിരുന്നു അയാൾ. കൈയിളകുന്ന മരക്കസേരയും ചെറുതായി ആടിയുലയുന്ന പുസ്തക അലമാരകളും വായനയുടെ സുഗന്ധം പരത്തുന്ന ഡമ്മി 1/8 സൈസ് പുസ്തകങ്ങളും നീണ്ടു തടിച്ച പുസ്തകവിതരണ രജിസ്റ്ററും പഴയകാലത്തെ ഗ്രാമീണ വായനശാലകളുടെ അടയാളരൂപങ്ങളായിരുന്നു. പുസ്തകങ്ങളുടെ ജീവിതം നാട്ടുവായനശാലയുടെ കുടുസ്സുമുറികളിൽ ആഘോഷിക്കപ്പെട്ടിരുന്നു. സഹൃദയരായ വായനക്കാരുടെ വായനമുദ്രകൾ പതിഞ്ഞ പുസ്തകത്താളുകൾ നാട്ടിൻപുറത്തിന്റെ ഭാവുകത്വം വിളംബരം ചെയ്യുന്നതായിരുന്നു. അടിവരകളും നക്ഷത്ര ചിഹ്നങ്ങളും ചെറുകുറിപ്പുകളും ചിത്രസൂചനകളുമായി വായനക്കാർ പുസ്തകങ്ങളിൽത്തന്നെ തങ്ങളെ സ്വയം ആവിഷ്ക്കരിച്ചിരുന്നു. അനുവാചകപ്രതികരണസിദ്ധാന്തത്തിന്റെ (*Reader response Theory*) പ്രായോഗികഭൂമിയായി പുസ്തകത്താളുകൾ

സായൂജ്യംകൊണ്ടു. നോമ്മൻ ഹോളണ്ട്, സ്റ്റാൻലി ഫിഷ്, ഹെൽഫാങ്ങ് ഐസർ, റൊളാങ്ങ് ബാർത്ത് തുടങ്ങിയ പാശ്ചാത്യ ചിന്തകരിലൂടെ വളർന്നു തിടംവെച്ച റീഡർ റസ്പോൺസ് തിയറി യുടെ പ്രായോഗികസാക്ഷ്യങ്ങളായി പുസ്തകത്താളുകൾ പരി ണമിക്കുന്നതിനെ രാവുണ്ണി കവിതയിൽ കൃത്യമായി അവതരി പ്പിച്ചിട്ടുണ്ട്.

ഗ്രന്ഥകർത്താവ് മാത്രം
എഴുതിയാൽപ്പോരല്ലോ എന്ന ന്യായേന
ഓരോ പേജിലും
കാരയിത്രിയും ഭാവയിത്രിയും
തമ്മിൽ ഏറ്റുമുട്ടി.

സൗന്ദര്യശാസ്ത്രത്തിന്റെയും നിരൂപണത്തിന്റെയും സൈദ്ധാ ന്തികഭാരം ഇറക്കിവെയ്ക്കാത്ത കൃതിയുടെ ആന്തരലോകം കണ്ട റിഞ്ഞവതരിപ്പിച്ച നല്ല വായനക്കാർ അക്കാലത്ത് എവിടെയു മുണ്ടായിരുന്നു. ഭാരതീയകാവ്യചിന്തകനായ രാജശേഖരൻ 'കാവ്യമീമാംസ'യിൽ പ്രതിഭയെ കാരയിത്രിയെന്നും ഭാവയിത്രി യെന്നും രണ്ടായി തിരിക്കുന്നുണ്ട്. എഴുത്തുകാരനിൽ കുടികൊ ള്ളുന്ന പ്രതിഭാവിശേഷമാണ് കാരയിത്രി. ആസ്വാദകൻ അഥവാ ഭാവുകനിൽ അധിഷ്ഠാനം ചെയ്യുന്ന പ്രതിഭാവിലാസം ഭാവയിത്രി എന്നും രാജശേഖരൻ വേർതിരിച്ചുകാണുന്നു. കാരയിത്രി പ്രതിഭ എഴുതി നിറച്ചതിനുമേൽ ഭാവയിത്രി പ്രതിഭയുടെ കൈയൊപ്പ് പതിയുന്നിടത്ത് 'കവിസഹൃദയാഖ്യം വിജയതേ' എന്ന തത്ത്വവും സാക്ഷാത്ക്കരിക്കപ്പെടുന്നു.

വായനയുടെ ബഹുസ്വരതയെ പ്രോത്സാഹിപ്പിക്കുന്നതായി രുന്നു മഹാത്മാ ഗ്രന്ഥശാലയിലെ പുസ്തകങ്ങളോരോന്നും. 'പൂവാടിയിൽ ചിത്രശലഭങ്ങളെന്നപോലെ/മഹാത്മാ ഗ്രന്ഥശാല യിൽ യുവാക്കൾ പാറിവന്നു' എന്ന് കവിതയിൽ പറയുന്നുണ്ട്. വൈവിധ്യങ്ങളുടെ ഇന്ത്യയെ പ്രതീകവത്ക്കരിക്കാൻ പോരുന്ന ആന്തരികചൈതന്യം ഗ്രാമീണവായനശാലകൾക്കുണ്ടായിരുന്നു. ഗാന്ധിജിയുടെ രാഷ്ട്രീയദർശനത്തിന്റെ സാരസത്തയും അവ യ്ക്കുണ്ടായിരുന്നു. ഊന്നുവടിയുമായി കാവൽ നിൽക്കുന്ന മഹാത്മാപ്രതിമ രാവുണ്ണിയുടെ കവിതയിൽ മൂർത്തബിംബമായി വരുന്നുണ്ട്.

മാറ്റങ്ങളുടെ ദേശമായി ഗ്രാമങ്ങളും ഇന്നു മാറിത്തീർന്നിരി ക്കുന്നതായി മാറ്റുദേശം കവിതയിൽ വ്യക്തമാക്കപ്പെടുന്നു. പഴയ

ഗ്രന്ഥശാലാസങ്കൽപ്പം മാറിമറിഞ്ഞിരിക്കുന്നു. പാർട്‌ടൈം ലൈബ്രേറിയൻ ഫുൾടൈം ലൈബ്രേറിയനായിരിക്കുന്നു. അതോടൊപ്പം ആ തൊഴിൽസംസ്കാരവും മാറിയിരിക്കുന്നു. പുസ്തകങ്ങളുമായി നിരന്തരം സംസാരിച്ചുകൊണ്ടിരുന്ന അവണൂർ ജയപ്രകാശിൽനിന്നും കോട്ടുവായിട്ടു കമ്പ്യൂട്ടറിൽ ഊളിയിടുന്ന സുസ്മിതാ ഹരനിലേക്കുള്ള മാറ്റം രാവുണ്ണി എത്ര ധ്വന്യാത്മകമായി അവതരിപ്പിച്ചിരിക്കുന്നു! ലൈബ്രേറിയന്റെ കൈയിളകുന്ന മരക്കസേര മാറി ഡിജിറ്റൽ എ.സി.റൂമിലെ ചക്രക്കസേരയായിരിക്കുന്നു. വായനയുടെ വസന്തം വിരിയിച്ചിരുന്ന അലമാരകളിൽനിന്നും കമ്പ്യൂട്ടർ സ്ക്രീനിലെ ദൃശ്യചാരുതയുടെ മാരീചനടനങ്ങളിലേക്ക് മലയാളിയുടെ ഭാവുകത്വവും വഴിമാറിയിരിക്കുന്നു. കാരയിത്രിയും ഭാവയിത്രിയും ഇല്ലാത്ത പ്രതിഭാശൂന്യതയുടെ നിശ്ശബ്ദകാലം ഗ്രന്ഥശാലയിൽ തളംകെട്ടിനിൽക്കുന്നു. അനുവാചകപ്രതികരണസിദ്ധാന്തത്തിൽനിന്നും ഇമോജികളുടെ വിഡ്ഢിച്ചിരിയിലേക്ക് ആസ്വാദനം കൂപ്പുകുത്തിയിരിക്കുന്നു. മഹാത്മാഗാന്ധിയിൽനിന്നും നേരെ നരേന്ദ്രമോദിയിലേക്കുള്ള രാഷ്ട്രീയപരിണതികളുടെ ധ്വനിസൂചനയായി ‘സ്വച്ഛഭാരതം’ എന്ന കല്പന കവിതകളുടെ അന്ത്യത്തിൽ കവി വിളക്കിച്ചേർത്തിരിക്കുന്നു. വൃത്തിയും വെടിപ്പുമുള്ള ഇന്ത്യ എന്ന സന്ദേശമാണ് സ്വച്ഛഭാരതം ഉൾക്കൊള്ളുന്നതെങ്കിലും സമകാലികതയിൽ അത് മാലിന്യങ്ങളെ മറച്ചുവെയ്ക്കുന്നതിനുള്ള തന്ത്രമായി മാറിയിരിക്കുന്നു.

ഗാന്ധിജിയെ മറക്കുകയോ മറയ്ക്കുകയോ ചെയ്യുന്ന ഒരു കാലഘട്ടത്തിൽ സ്വച്ഛഭാരതം ഏറ്റവും വലിയ രാഷ്ട്രീയോപഹാസമായി മാറുന്നു. വൈവിധ്യങ്ങളെയും വൈരുദ്ധ്യങ്ങളെയും തുടച്ചുമാറ്റി, മാലിന്യമുക്തമാക്കി, വെടിപ്പാക്കി, ചൈതന്യശൂന്യമാക്കിയിരിക്കുന്നു സ്വച്ഛസ്വതന്ത്രഭാരതം! എല്ലാം ഒന്നിലേക്കു പരിമിതപ്പെടുത്തുന്ന ഏകസ്വരതയുടെ ഭരണകാലം നവഫാസിസത്തിന്റെ വ്യാപനം സാധ്യമാക്കുന്നു. ഭീകരനിശ്ശബ്ദതയിൽ ജനാധിപത്യമൂല്യങ്ങൾ നെടുമോഹനിദ്രയിൽ ആണ്ടുപോയേക്കാം. വായനക്കാരുടെ മഷിയും അഴുക്കും പുരളാത്ത പുസ്തകംപോലെ ഒരു ദേശമാകെ നിർജ്ജീവമായിത്തീർന്നേക്കാം. ഇത്തരം ചില വിപത്‌സൂചനകൾകൂടി നൽകിക്കൊണ്ടാണ് മഹാത്മാ ഗ്രന്ഥശാലയുടെ മാറ്റങ്ങളെയും അതിനുള്ളിലെ രാഷ്ട്രീയപാഠങ്ങളെയും കവിതയിൽ ഉപസംഹരിക്കുന്നത്.

സൂക്ഷ്മതകൾ
കവികളുടെ
വായനകൾ

പുറം സുന്ദരം
അകം ശൂന്യം

സച്ചിദാനന്ദൻ

രാവുണ്ണിയുടെ 'മഹാത്മാ ഗ്രന്ഥശാല, മാറ്റുദേശം' പലതലങ്ങളുള്ള ഒരു ആഖ്യാനമാണ്. ഇന്ന് 60 വയസ്സെങ്കിലും പ്രായമുള്ളവർക്കെല്ലാം ഗൃഹാതുരത്വം ഉണ്ടാക്കുന്ന ഒരു തലം തീർച്ചയായും അതിനുണ്ട്. മിക്കവാറും എല്ലാ ഗ്രാമങ്ങളിലും ഉണ്ടായിരുന്നു ഒരു അവണൂർ ജയപ്രകാശ്. പുസ്തകപ്രേമിയായ പാർട്ടൈം ലൈബ്രേറിയൻ. ഗ്രന്ഥശാലാപ്രസ്ഥാനത്തിന്റെയും കലാസമിതിപ്രസ്ഥാനത്തിന്റെയും പുഷ്ക്കലകാലത്തിന്റെ ഉത്പന്നങ്ങളായിരുന്നു പ്രതിഫലേച്ഛയില്ലാതെ പുസ്തകസ്നേഹത്താൽ ലൈബ്രേറിയന്മാരായിരുന്ന ഈ ജയപ്രകാശ്മാർ. ഞങ്ങളുടെ പുല്ലൂറ്റ് ആശാൻ സ്മാരക വായനശാലയിൽ, അയാളുടെ പേര് വി.കെ.രാജൻ എന്നായിരുന്നു. പിൽക്കാലത്ത് സി.പി.ഐ.യുടെ എം.എൽ.എ.യും മന്ത്രിയുമായ അതേ വി.കെ.രാജൻ. ഞങ്ങളിൽ പലരേയും പുസ്തകപ്രേമികളാക്കിയവരിൽ ഒരാൾ. റഷ്യൻ നോവലുകളുടെ കാമുകൻ. അവർക്കെല്ലാം ഒരധ്യാപകസ്വഭാവം ഉണ്ടായിരുന്നു. നമ്പറും മുദ്രയും സ്വത്വപ്രഖ്യാപനമാക്കിയിരുന്ന പുസ്തകങ്ങളായിരുന്നു അവരുടെ ജീവിതവും പ്രണയവും പ്രാർത്ഥനയുമെല്ലാം.

അതെ, ആ പുസ്തകങ്ങളിൽ ഒരു മുദ്രകൂടി ഉണ്ടായിരുന്നു. വായനക്കാരുടെ പലതരം അഭിപ്രായപ്രകടനങ്ങൾ, സ്കെച്ചുകൾ.

ഗുഡ്, ബാഡ് തുടങ്ങിയ ഏക ശബ്ദാഭിപ്രായങ്ങൾമുതൽ ലഘു പ്രബന്ധങ്ങൾവരെ. ഒപ്പം, വിരലുകളുടെ പാടുകൾ. കണ്ണീർക്കറകൾ. പേജുകളുടെ മൂലകളിലെ ചിലപ്പോൾ കീറിപ്പോകുന്ന മടക്കുകൾ. ഗ്രന്ഥത്തിന്റെ മരണത്തെക്കുറിച്ചെഴുതിയ റൊളാങ്ങ് ബാർത്ത് ഒരുപക്ഷേ, ഈ വായനക്കാരെക്കൂടി കണക്കിലെടുത്തിരിക്കണം.

മറ്റൊരു തലത്തിൽ കവിത പുസ്തകങ്ങളെക്കുറിച്ചാണ്. കാളിദാസന്റെ മേഘസന്ദേശംമുതൽ, ബഷീറിന്റെ മതിലുകളും ചങ്ങമ്പുഴയുടെ രമണനും മാർക്സിന്റെയും ഗാന്ധിയുടെയും ശ്രീനാരായണഗുരുവിന്റെയും കൃതികളുംവരെ, ഉപനിഷത്തുകളും തത്ത്വചിന്താഗ്രന്ഥങ്ങളുംവരെ ഇവിടെ സൂചിതമാകുന്നു.

ഇനിയുമൊരു തലത്തിൽ ഈ ആഖ്യാനം കേരളത്തിന്റെയും ഇന്ത്യയുടെതന്നെയും വർത്തമാനത്തെ സ്പർശിക്കുന്നു. 40 വർഷത്തിനുശേഷമുള്ള മഹാത്മാ ഗ്രന്ഥശാലയുടെ അവസ്ഥ ഇന്നത്തെ ഇന്ത്യയിലെ മഹാത്മാഗാന്ധിയുടെ അവസ്ഥയേക്കാൾ ഒട്ടും ഭേദമല്ല. മനോഹരങ്ങളായ പ്രതിമകൾ, അതേസമയം അപമാനിക്കപ്പെടുകയും ദുരുപയോഗവിധേയമാകുകയും ചെയ്യുന്ന ഒരു ബിംബം. കേറിയാൽ എലികൾ ഓടിനടക്കുന്ന, ചിതലുകൾ തിന്നുതീർക്കുന്ന ഒരു തിരസ്കൃതഭൂതകാലത്തിന്റെ ഓർമ്മ. ലൈബ്രേറിയന്റേത് ശമ്പളമുള്ള ഒരു മുഴുസമയജോലിയായി. ഫർണീച്ചർ പുതുതായി. മുറി വാതാനുകൂലമായി. പഴയ രജിസ്ട്രറിനുപകരം കമ്പ്യൂട്ടർ വന്നു. പക്ഷേ, ലൈബ്രേറിയൻ പുസ്തകങ്ങൾ കൈകൊണ്ട് തൊടുന്നില്ല.

സുസ്മിതയുടെ സ്മിതം കമ്പ്യൂട്ടർ ദൃശ്യങ്ങളിൽനിന്നാണ് വിരിയുന്നത്. ഹാളിൽ വായനക്കാർ ഒഴിഞ്ഞുപോയിരിക്കുന്നു. നമ്മുടെ നവോത്ഥാനം ജീർണിച്ചതുപോലെത്തന്നെ. പുതിയ കവിതാഗ്രന്ഥം കന്യകയായിരിക്കുന്നു. ആരും താൾ മറിച്ചിട്ടില്ല. അഭിപ്രായങ്ങളില്ല. ചട്ട പറിഞ്ഞുപോയിട്ടില്ല. മടക്കുകളില്ല. സ്വച്ഛഭാരതത്തിന്റെ തൽസ്വരൂപം. പുറം സുന്ദരം. അകം ശൂന്യം. അങ്ങനെ ഇതൊരു രാഷ്ട്രീയ ആഖ്യാനം കൂടി ആകുന്നു. സാക്ഷരതയിൽനിന്ന് വർണ്ണപ്പകിട്ടുള്ള നിരക്ഷരതയിലേക്കും ത്യാഗബോധത്തിൽനിന്ന് സമ്പദ്മാത്രലക്ഷ്യത്തിലേക്കും നീങ്ങുന്ന, വെടിപ്പായ ഒരു സമൂഹത്തിന്റെ ദയനീയവും മനുഷ്യത്വവിരുദ്ധവുമായ ഒരു ചിത്രം കവിതയിൽനിന്ന് ഉയർന്നുവരുന്നു.

വായന മരിക്കുമ്പോൾ

കെ.വി.രാമകൃഷ്ണൻ

വായിച്ചുവളരാൻ നാടിനെ കൈപിടിച്ചുനടത്തിയ തലമുറയുടെ കാലം കഴിഞ്ഞു. ഇന്ന് നമുക്ക് വായന വാരാചരണത്തിനുള്ള ഒരുപാദാനം മാത്രം. എല്ലാം നാം ആചരണത്തിലൊതുക്കുന്നു; അച്ഛനമ്മമാരോടുള്ള വികാരംപോലും. (മാതൃ-പിതൃ-ഭാഷാ ദിനങ്ങൾ, വാരങ്ങൾ, മാസങ്ങൾ-അങ്ങനെ എല്ലാം!) ആചരണദിനങ്ങൾ ഉപേക്ഷിച്ചാൽ, അമ്മയ്ക്കും അച്ഛനുംപോലും ഉള്ളിലിടമില്ലെന്നുവരുമ്പോൾ ആചരണങ്ങൾ ശ്രേഷ്ഠങ്ങളാവുകയും ചെയ്യുന്നു!

വായന മരിക്കുമ്പോൾ സമൂഹമനഃസാക്ഷി ഷണ്ഡമാവുന്നു. ചിന്താശക്തി മുരടിക്കുന്നു. ചോദ്യം ചോദിക്കാനും, പ്രതികരിക്കാനും, പ്രതിഷേധിക്കാനും, അനീതിക്കെതിരെ മുഷ്ടി ചുരുട്ടാനും മനുഷ്യൻ മറക്കുന്നു. സേച്ഛാധിപത്യം നാടുവാഴുമ്പോൾ, സമൂഹമനഃസാക്ഷിയെ ഉടയെടുത്തു കിടത്തേണ്ടത് അത്യാവശ്യം. അതുകൊണ്ട് നാടുനീളെ വായനശാലകൾ; പുസ്തകങ്ങൾക്ക് കാറ്റുകടക്കാത്ത ചില്ലലമാരകളിൽ സുഖനിദ്ര. സ്വച്ഛഭാരതം!

കാറ്റും വെളിച്ചവും കടക്കാത്ത ഇത്തരമൊരു മഹാന്ധകാരത്തിലേക്കാണോ നീങ്ങിക്കൊണ്ടിരിക്കുന്നത് എന്ന ചോദ്യത്തിനു മുമ്പിൽ വായനക്കാരെ നഗ്നരാക്കി നിർത്തുന്നു, രാവുണ്ണിയുടെ, 'മഹാത്മാ ഗ്രന്ഥശാല, മാറ്റുദേശം' എന്ന കവിത.

സ്ഥിരവാസത്തിനു പ്രേരിപ്പിക്കുന്ന ലൈബ്രറി കവിത

കുരീപ്പുഴ ശ്രീകുമാർ

വായനക്കാർ ചിന്തകൊണ്ടും നേരിട്ടും ഉഴുതുമറിക്കുന്ന പുസ്തകങ്ങളുടെ ശേഖരമായ ലൈബ്രറി ആശ്വാസവാക്കുകളരുളാത്ത പുസ്തകങ്ങൾ ഉൾക്കൊള്ളുമ്പോൾ മോർച്ചറിയാകും. ലൈബ്രറിയുടെ സജീവത സമ്പൂർണ്ണമായി അടയാളപ്പെടുത്താൻ ഈ കവിതയിൽ രാവുണ്ണിക്കു കഴിഞ്ഞു. സുപരിചിതമായ ലൈബ്രറി അന്തരീക്ഷവും സാക്ഷിയും സമർപ്പിതനുമായ ലൈബ്രേറിയനും കവിതയുടെ പുസ്തകശാലയിൽതന്നെ വാസമുറപ്പിക്കാൻ നമ്മെ പ്രേരിപ്പിക്കുന്നു.

ചലനാത്മകമായ ജീവിതത്തിന്റെ അ'ക്ഷര'പാഠം

ആലങ്കോട് ലീലാകൃഷ്ണൻ

ആധുനികമലയാളകവിതയിൽ മൗലികവും വ്യത്യസ്തവുമായ സ്വതന്ത്രകാവ്യപന്ഥാവ് സൃഷ്ടിച്ച കവിയാണ് രാവുണ്ണി. ബാലചന്ദ്രൻ ചുള്ളിക്കാട് ഒരു പ്രകൃതിക്ഷോഭംപോലെ ആധുനികകാവ്യഭാവുകത്വത്തെ അടിമുടി സ്വാധീനിച്ചു കടന്നുവന്ന കാലത്തുതന്നെയാണ് ഒട്ടും തീക്ഷ്ണതയില്ലാത്ത വികാരങ്ങളുടെയും വിചാരങ്ങളുടെയും വിപ്ലവവാങ്മയമായി രാവുണ്ണിയുടെ കവിതകൾ വരുന്നത്. ഇത്രയുമാണ് അംബികയുടെ വർത്തമാനങ്ങൾ, ഏകാകിയുടെ പ്രണയരാത്രി തുടങ്ങിയ കവിതകൾ സൃഷ്ടിച്ച സൗമ്യവും ധീരവും ശക്തവുമായ ഭാവുകത്വവിച്ഛേദം ഏറെ ശ്രദ്ധേയമായിരുന്നു. ആ കവിതകൾ വായിച്ച കാലത്തെന്നതുപോലെ ഇപ്പോഴും നവീനമായി അനുഭവപ്പെടുന്നുണ്ട്; 'മഹാത്മാ ഗ്രന്ഥശാല, മാറ്റുദേശം' എന്ന രാവുണ്ണിയുടെ ഏറ്റവും പുതിയ കവിത വായിക്കുമ്പോഴും. സ്വയംസൃഷ്ടിച്ച കാവ്യമാർഗ്ഗത്തെ നിരന്തരം നവീകരിച്ചുകൊണ്ടിരിക്കുന്ന കവിയാണ് രാവുണ്ണി. ആ നവീകരണമാണ് ഏറ്റവും പുതിയ സ്വരപ്പെടലുകളുടെ കാലത്തും ഈ കവിതയെ പുതിയതാക്കുന്നത്.

ഗ്രന്ഥകർത്താവ് മാത്രം/എഴുതിയാൽ പോരല്ലോ/എന്ന ന്യായേന ഓരോ പേജിലും/കാരയിത്രിയും ഭാവയിത്രിയും/തമ്മിൽ ഏറ്റുമുട്ടി.

വായനശാലകളിൽനിന്ന് പുസ്തകമെടുത്തു വായിച്ചിട്ടുള്ള എല്ലാ വായനക്കാർക്കും ഇത് ആഴത്തിൽ ഉള്ളിൽത്തട്ടും. ശരിക്കും 'വായനക്കാരന്റെ പാഠം' (Reader's Text) രൂപപ്പെട്ടത് വായനശാലാപുസ്തകങ്ങളിലാണ്. വരികൾക്കിടയിലും മാർജിനുകളിലും എണ്ണമറ്റ വായനക്കാർ എഴുതിച്ചേർത്ത പാഠങ്ങൾ കൂടിചേർത്താണ് വിശ്വോത്തരസാഹിത്യകാരന്മാരെ ഓരോരുത്തരും വായിച്ചത്. അവരും സ്വന്തം നിരീക്ഷണങ്ങൾകൂട്ടി പാഠം വലുതാക്കി. അങ്ങനെ പലതരം പാഠനിർമ്മിതികൾ സാദ്ധ്യമാക്കുന്ന നിത്യപുരോഗാമിയായ ചലനാത്മകപാഠ (Text in progress)മാണ് മഹാത്മാ ഗ്രന്ഥശാലയടക്കം ഓരോ വായനശാലയും നവോത്ഥാനന്തരകാലത്ത് സൃഷ്ടിച്ചത്. അങ്ങനെ വായന ജനാധിപത്യപൂർണ്ണമായി. ബഹുസ്വരനാനാർത്ഥങ്ങളാൽ സമ്പന്നമായി. ഏകശിലാനിർമ്മിതമായ ഫാഷിസ്റ്റ് ഘടനകൾ നവവായനയെ ഭിന്നിപ്പിന്റെയും ഏകാധിപത്യത്തിന്റെയും വഴിയിൽ വ്യത്യസ്തങ്ങളായ പാഠങ്ങളെയെല്ലാം നിരാകരിക്കുന്ന കാലത്ത് 'മഹാത്മാ ഗ്രന്ഥശാല, മാറ്റുദേശം' എന്ന ഈ കവിത ഉന്നയിക്കുന്ന തീവ്രമായ രാഷ്ട്രീയസ്വരത്തിന് വളരെയേറെ സാമൂഹികപ്രസക്തിയുണ്ട്.

'ഗ്രന്ഥശാലാഹാളിൽ ഭീകരനിശ്ശബ്ദത/ പുസ്തകങ്ങൾ നെടുമോഹനിദ്രയിൽ./ഒരു കവിതാഗ്രന്ഥമെടുത്തുപോന്നു/തുന്നൽ പൊട്ടിയിട്ടില്ല/പുതുമണം മാഞ്ഞിട്ടില്ല/വെളുവെളുത്ത പേജുകൾ/ വർണ്ണശബളം ചട്ട/ഒരുപേജിലും വായനക്കാരുടെ/മഷിയും അഴുക്കും പുരണ്ടിട്ടില്ല./സ്വച്ഛഭാരതം!'

ഭയപ്പെടുത്തുന്ന ഈ നിശ്ചലതയും ചലനരഹിതമായ അക്ഷരങ്ങളും പ്രകടനപരമായ കാഴ്ചച്ചന്തങ്ങളും അച്ചടക്കംമാത്രം ശീലിച്ച സ്വച്ഛദേശീയതയും സൃഷ്ടിക്കുന്ന താക്കീതും മുന്നറിയിപ്പും ഈ കവിതയെ ശക്തിമത്തായ ഒരു രാഷ്ട്രീയപ്രവർത്തനമാക്കി മാറ്റുന്നുണ്ട്. കവിത ഒറ്റക്കൊരു ആക്ടിവിസമാണെന്ന് രാവുണ്ണി പിന്നെയും ഈ നിശ്ചലകാലത്തെ ഓർമ്മപ്പെടുത്തുന്നു. പക്ഷേ 'മഹാത്മാ ഗ്രന്ഥശാല, മാറ്റുദേശം' ഒരു മുദ്രാവാക്യകവിതയാവുന്നില്ല. കവിതയുടെ ഏറ്റവും പുതിയ രാഷ്ട്രീയചലനാത്മകത നിബന്ധിച്ച 'മുദ്രാകാവ്യ'മാകുന്നു.

'നിശ്ചലത ജഡത്വമാണ്/ നിശ്ശബ്ദത മരണവും.'

അവിടെ ചലനവത്തായ ജീവിതത്തിന്റെ അക്ഷരപ്രത്യാശയായി രാവുണ്ണിയുടെ 'മഹാത്മാ ഗ്രന്ഥശാല, മാറ്റുദേശം' മാറിത്തീരുന്നു.

പുസ്തകങ്ങളും മനുഷ്യരും

പി.എൻ.ഗോപീകൃഷ്ണൻ

രാവുണ്ണിയുടെ 'മഹാത്മാ ഗ്രന്ഥശാല, മാറ്റുദേശം' എന്ന കവിതയ്ക്ക് ഒരു ഡോക്യുമെന്ററി സിനിമയുടെ ഘടനയാണുള്ളത്. യാഥാർത്ഥ്യങ്ങളിൽ അടിയുറച്ച, ഒരു കവിതാരീതിയാണ് അതിന്റെ ആദ്യഭാഗം. ജയൻ അവണൂർ എന്ന ലൈബ്രേറിയനും മഹാത്മാ ഗ്രന്ഥശാലയുമൊക്കെ ഭാവനയ്ക്ക് ഇടം നൽകാത്ത വിധത്തിലുള്ള യാഥാർത്ഥ്യമാണ്.

ലൈബ്രറി എന്നു പറയുന്ന സങ്കല്പം സാഹിത്യത്തിൽ വളരെയേറെ ചർച്ചചെയ്യപ്പെട്ടിട്ടുള്ള ഒന്നാണ്. പ്രത്യേകിച്ചും, ഇരുപതാം നൂറ്റാണ്ടിനുശേഷം. വിശ്വവിഖ്യാതനായ കവിയും എഴുത്തുകാരനുമായ ജോർജ്ജ് ലൂയി ബോർഹസ് യൂണിവേഴ്സൽ ലൈബ്രറി എന്ന പേരിലൊരു കഥതന്നെ എഴുതിയിട്ടുണ്ട്. ബോർഹസിന്റെ സാഹിത്യസങ്കല്പങ്ങളിൽ, പ്രധാനപ്പെട്ട പരികല്പനകളിൽ ഒന്നായിരുന്നു ലൈബ്രറി എന്നത്. പ്രപഞ്ചത്തിനെ ഒരു വലിയ ലൈബ്രറിയായിട്ടാണ് ബോർഹസ് നിബന്ധിച്ചത്. ലൈബ്രറിയുടെ ഘടനയാണ് അദ്ദേഹം പ്രപഞ്ചത്തിന് നൽകിയത്. അതിനാൽ, പ്രപഞ്ചത്തിന്റെ ഘടനയെക്കുറിച്ച് ശാസ്ത്രം മാത്രമല്ല അന്വേഷിച്ചത്, സാഹിത്യം കൂടിയാണ്. ശാസ്ത്രം പ്രപഞ്ചത്തിന്റെ ഘടനയെയും ഉത്പത്തിയെയുംപറ്റി നിരവധി ദർശനങ്ങൾ അവതരിപ്പിച്ചിട്ടുണ്ട്.

അനവധി സൗരയൂഥങ്ങൾ ചേർന്നുള്ള, അനവധി ഗ്യാലക്സികൾ ചേർന്നുള്ള പ്രപഞ്ചസങ്കല്പനം നമുക്ക് പരിചിതമാണ്. സ്കൂളുകളിൽ ശാസ്ത്രക്ലാസുകളിൽ പഠിപ്പിക്കുന്ന ഒന്നാണത്. ബോർഹസ് നേരെ തിരിച്ച് ഉപഗ്രഹങ്ങളും ഗ്രഹങ്ങളും നക്ഷത്രങ്ങളുമൊക്കെ വ്യത്യസ്തമായ രീതിയിൽ അടക്കിവെച്ച ഗ്രന്ഥശാലയായാണ് പ്രപഞ്ചത്തെ കാണുന്നത്.

വായനശാല എന്നു പറയുന്നത് അതിന്റെ സാംസ്കാരികമായുള്ള ധർമ്മത്തിനപ്പുറം, മലയാളകഥയിലും കവിതയിലുമൊക്കെ വികസിച്ചിട്ടുണ്ട്. 'യേശുപുരം പബ്ലിക് ലൈബ്രറിയെപ്പറ്റി ഒരു പരാതി' എന്നത് സക്കറിയയുടെ ആദ്യകാലകഥകളിലൊന്നാണ്. അതിൽ ലൈബ്രറി കുഴഞ്ഞുമറിയുമ്പോൾ യഥാർത്ഥത്തിൽ ജീവിതം കുഴഞ്ഞുമറിയുകയാണ്. പി.പി.രാമചന്ദ്രന്റെ 'ലൈബ്രേറിയൻ മരിച്ചതിൽപിന്നെ' എന്ന കവിത ലൈബ്രേറിയൻ മരിച്ചുപോകുന്നതോടെ ലൈബ്രറിയുടെ ഘടന കുഴഞ്ഞുമറിഞ്ഞുപോകുന്ന അവസ്ഥ ചിത്രീകരിക്കുന്നു. അതിൽ ഒരു വലിയ സ്വപ്നദൃശ്യമുണ്ട്. രാത്രി ലൈബ്രറിയിൽ എത്തുന്ന ഗ്രന്ഥകർത്താക്കളുടെ ദൃശ്യം സിനിമയിലെന്നതുപോലെ രാമചന്ദ്രൻ കവിതയിൽ വിളക്കിച്ചേർത്തിട്ടുണ്ട്. ഇതിനൊക്കെ തുടർച്ചയായി നമുക്ക് വേണമെങ്കിൽ 'മഹാത്മാ ഗ്രന്ഥശാല, മാറ്റുദേശം' എന്ന കവിതയെ വായിക്കാം. മറ്റ് ലൈബ്രറിരചനകളിൽനിന്നും ഈ കവിതയെ വ്യത്യസ്തമാക്കുന്നത്, ഒരു ഡോക്യുമെന്ററി സിനിമയുടെ ഘടന ഇത് സ്വീകരിക്കുന്നതുകൊണ്ടാണ്. കവിതയിലെ ഒരു ഡോക്യു-ഫിക്ഷൻ എന്ന് വേണമെങ്കിൽ ഈ കവിതയെ വിളിക്കാം.

ലൈബ്രറി അനുഭവം എന്നത് മലയാളിയെ സംബന്ധിച്ച് വളരെ പ്രസക്തമായ ഒന്നാണ്. കേരളത്തെ മറ്റു ദേശങ്ങളിൽനിന്ന് വ്യത്യസ്തമാക്കുന്ന ഏറ്റവും പ്രധാനപ്പെട്ട ഘടകം ഇപ്പോഴും ലൈബ്രറികളുടെ ഈ വലിയ സാന്നിധ്യമാണ്. നമ്മുടെ ഓരോ ഗ്രാമത്തിലും ഓരോ ഗ്രന്ഥശാലയുണ്ട്. ഈ ഗ്രന്ഥശാലകൾ ഉണ്ടായിവന്നത് നവോത്ഥാനത്തിന്റെ തുടർച്ചയായിട്ടാണെന്ന് നമുക്കറിയാം. നവോത്ഥാനം കൊണ്ടുവന്ന കേന്ദ്രസങ്കല്പങ്ങളിൽ ഒന്ന് വിദ്യകൊണ്ട് പ്രബുദ്ധരാകുക എന്നതാണ്. സാമ്പ്രദായിക വിദ്യാലയത്തിൽനിന്നുള്ള വിദ്യ അഭ്യസനം മാത്രമല്ല, ഇതുകൊണ്ട് ഉദ്ദേശിക്കുന്നത്. സ്വാഭാവികമായും അതിന് അതിന്റേതായ പ്രാധാന്യമുണ്ട്. നവോത്ഥാനത്തിന്റെയും അതിന്റെ തുടർച്ചയായ ജനകീയ ഗവൺമെന്റുകളുടെയും ഇടപെടലുകൾമൂലം പൊതുവിദ്യാലയങ്ങൾ കേരളത്തിൽ വ്യാപകമാകുന്നുണ്ട്. കേരളത്തിൽ

പൊതുവിദ്യാഭ്യാസം അങ്ങനെ സാർവ്വത്രികമായി. അത് സമ്പൂർണ്ണസാക്ഷരതവരെ എത്തുന്നുമുണ്ട്. അതോടൊപ്പം വിദ്യ എന്നത് വിദ്യാലയങ്ങൾ മാത്രം നൽകുന്ന ഒന്നല്ല, സമൂഹം ഓരോ വ്യക്തിക്കും നൽകേണ്ട ഒന്നാണെന്നുമുള്ള ദർശനമാണ് കേരളത്തിലുടനീളം ലൈബ്രറികൾ സ്ഥാപിക്കുന്നതിലൂടെ നടന്നത്. ബിരുദസമ്പാദനം മാത്രമല്ല, വിദ്യാഭ്യാസത്തിന്റെ അടിത്തറ, മറിച്ച്, ജ്ഞാനത്തിന്റെ സമമായുള്ള വിതരണമാണ് എന്ന തലത്തിലേക്ക് അത് മാറുന്നുണ്ട്. ഓരോ ഗ്രാമത്തിലെയും ഓരോ ലൈബ്രറിയും സംസ്കാരത്തിന്റെ പ്രഭവകേന്ദ്രങ്ങളായി തീരുന്നത് ഇങ്ങനെയാണ്.

ഒരർത്ഥത്തിൽ ലൈബ്രറികളാണ് നമ്മുടെ ജനാധിപത്യത്തെക്കുറിച്ചും സംസ്കാരബോധത്തെക്കുറിച്ചുമുള്ള വലിയ ആശയങ്ങൾ ജനങ്ങളിലേയ്ക്ക് കടത്തിവിട്ടത്. കേരളത്തിൽ പ്രബുദ്ധതയുടെ ഒരു വലിയ ഇന്ധനമായി മാറിയത് ലൈബ്രറികളാണ്. കേരളത്തിന്റെ സാംസ്കാരികവളർച്ചയിൽ ലൈബ്രറിയോളം പങ്കുവഹിച്ച മറ്റൊരു സ്ഥാപനമില്ല. പലതരത്തിൽ അത് സംസ്കൃതിയിൽ ഇടപെട്ടു. സമൂഹത്തിന് ദർശനം നൽകി. ജീവിതത്തെ പ്രബുദ്ധവും സ്വതന്ത്രവുമാക്കി.

നമുക്കറിയാം, കേരളത്തിന്റെ സാംസ്കാരികരംഗം അഭിമുഖീകരിക്കുന്ന ഏറ്റവും പ്രധാനപ്പെട്ട ഒരു കാര്യം വർഗീയതയുടെയും ഫാസിസത്തിന്റെയും കടന്നുവരവാണ്. സാംസ്കാരികരംഗത്തെ മലിനമാക്കി, ഒട്ടും ചലിക്കാൻ കഴിയാത്തവിധത്തിൽ കെട്ടിയിടുന്നത് അവരാണ്. സംസ്കാരത്തിന്റെ ഉടമസ്ഥർ തങ്ങളാണെന്ന മട്ടിൽ അവർ പെരുമാറുന്നു. അവരുടെ അദൃശ്യമായ ഒരു സെൻസറിങ് കേരളത്തിൽ നിലനിൽക്കുന്നു. എം.എം. ബഷീർ രാമായണത്തെപ്പറ്റി ഒരു പരമ്പര മാതൃഭൂമി പത്രത്തിൽ എഴുതിയപ്പോൾ, അതിലെ പരാമർശങ്ങൾ മുൻനിർത്തി മുസ്ലീമിന് രാമായണത്തെപ്പറ്റി എഴുതാൻ എന്താവകാശം എന്ന തരത്തിൽ ആ സെൻസറിങ്ങ് ഇടപെടുകയും അങ്ങനെ ആ പരമ്പര ഇടയ്ക്കുവെച്ച് നിർത്തിവെയ്ക്കേണ്ടിവന്നതും എല്ലാവരുടെയും ഓർമ്മയിലുണ്ടാകും. എസ്.ഹരീഷിന്റെ മീശ എന്ന നോവലിനെതിരെ അതിലെ ആനുഷംഗികപരാമർശം മുൻനിർത്തി ഈ ശക്തികൾ നടത്തിയ ദുഷ്പ്രചരണങ്ങളും അക്രമണങ്ങളും നമ്മൾ കണ്ടതാണ്. അദൃശ്യമായ ഒരു സെൻസർ ബോർഡായി ഫാസിസ്റ്റ് ചിന്താഗതി കേരളത്തിൽ ഇന്ന് നിലനിൽക്കുന്നുണ്ട്.

കേരളത്തിന്റെ ഋണാത്മകമായ ദിശയിലേക്കുള്ള ഈ വളർച്ചയ്ക്ക് ലൈബ്രറികളുടെ തളർച്ചയുമായി നല്ല ബന്ധമുണ്ട്. ലൈബ്രറികൾ സജീവമായി പ്രവർത്തിച്ചിരുന്ന കാലത്ത് നമ്മൾ ചർച്ച ചെയ്തിരുന്നത് നമ്മൾ എങ്ങനെ മുന്നോട്ട് പോകും എന്നതാണ്. നമ്മൾ ആർജ്ജിച്ച ധനാത്മകമായ ജീവിതാവസ്ഥയിൽനിന്ന് കൂടുതൽ മുന്നോട്ട് പോകുന്നതെങ്ങനെ എന്ന കാര്യമാണ് ലൈബ്രറികൾ പ്രക്ഷേപിച്ചിരുന്നത്. എന്നാൽ, ലൈബ്രറികളുടെ തളർച്ചയോടുകൂടി പുതിയ പുതിയ ആശയങ്ങൾ ഇല്ലാതായി. ഫാസിസ്റ്റ് ആശയങ്ങൾ പാഠശാലയിൽനിന്ന് ബിരുദങ്ങൾ നേടിയ, നൂറു ശതമാനം സാക്ഷരരായ കേരളീയരെ കീഴടക്കാൻ തുടങ്ങി. വിദ്യാഭ്യാസപ്രക്രിയയിൽ അനൗപചാരികവിദ്യാഭ്യാസത്തിന് ഏറെ പ്രാധാന്യമുണ്ട്. എന്നാൽ, ഇതേപ്പറ്റി ആരുമൊന്നും മിണ്ടുന്നില്ല. ഈയൊരു പശ്ചാത്തലത്തിലാണ് 'മഹാത്മാ ഗ്രന്ഥശാല, മാറ്റുദേശം' എന്ന കവിത പ്രധാനമാകുന്നത്.

കവിതയ്ക്ക് രണ്ട് ഭാഗങ്ങളുണ്ട്. ആദ്യം, ഒരു പഴയ ഗ്രന്ഥശാലയുടെ ഘടനയും പിന്നീട്, പുതിയ ഗ്രന്ഥശാലയുടെ ഘടനയും ചർച്ചചെയ്യുന്നു. പുതിയതിന്റേത് തികച്ചും ആധുനികമായ ഒരു ഘടനയാണ്. പഴയതിന്റേതുപോലെ മാറാല കെട്ടിയ ഇരുട്ടുമുറിയില്ല അതിന്റേത്. പുതിയ ഗ്രന്ഥശാല സോഫിസ്റ്റിക്കേറ്റഡ് ആയിട്ടുണ്ട്. പക്ഷേ, പരിഷ്കൃതമായ പുതിയ ഗ്രന്ഥശാലയിൽ പുസ്തകങ്ങൾ വായിക്കുക എന്ന പ്രാഥമികകൃത്യം നിർവഹിക്കപ്പെടുന്നില്ല. വായിക്കപ്പെടുന്നില്ലെങ്കിൽ പുസ്തകങ്ങൾ ശവപ്പെട്ടിയിൽ കിടക്കുന്നതുപോലെയാണ്. ഗ്രന്ഥങ്ങൾ മുന്നോട്ടുവെയ്ക്കുന്ന ആശയങ്ങളോ, സർഗാത്മകമായ തുടിപ്പുകളോ ഒന്നും പുറത്തുവരാതെ മറഞ്ഞുകിടക്കുന്നു. ഗ്രന്ഥങ്ങളുടെ പുതിയ ശവപ്പെട്ടികൾകൊണ്ട് നിറഞ്ഞ ഒരു ഇടമായി കവിതയിലെ ഗ്രന്ഥശാല മാറുന്നു. ഗ്രാമത്തിലെ ഗ്രന്ഥശാല എന്നുപറയുന്ന ഒരു രൂപകത്തിലൂടെ നമ്മുടെ സംസ്കാരത്തിനും സമൂഹത്തിനും സംഭവിക്കുന്നത് എന്താണെന്ന് കവിത വിശദമായി ചർച്ച ചെയ്യുന്നു.

ഒരു ഡോക്യുമെന്ററി സിനിമയുടെ ഘടനയിൽ ആരംഭിച്ച്, പതുക്കെപ്പതുക്കെ വെള്ളം തിളക്കുന്നതുപോലെ ചൂടായി ചൂടായി, നമ്മുടെ സമകാലികസ്ഥിതിയിൽ കവിത എത്തിച്ചേരുന്നു. ആ താപത്തിൽ വെന്തുനീറേണ്ടത് നമ്മളും കൂടിയാണ് എന്ന ദർശനമാണ് കവിത നൽകുന്നത്. ഒരു ജനത അനുഭവിക്കുന്ന ചുട്ടുനീറ്റം തന്നെയായി ഇത് മാറിത്തീരുന്നു.

ഇടിവണ്ടിക്കു മുന്നിലെ ഇല്ലാവല്ലായക്കാരോട്

എൻ.പി.ചന്ദ്രശേഖരൻ

എന്തെങ്കിലും വായിച്ചിട്ട് പേടിക്കേണ്ട പ്രായം ഞാൻ പിന്നിട്ടു. പക്ഷേ, ആ വിശ്വാസത്തെ കടപുഴക്കിയെറിഞ്ഞു രാവുണ്ണിയുടെ 'മഹാത്മാ ഗ്രന്ഥശാല, മാറ്റുദേശം.' സത്യമാണ്-ഈ രണ്ടുതാൾ ക്കവിത വായിച്ച് ഞാൻ പേടിച്ചുപോയി.

ഒരു പേജിലും വായനക്കാരുടെ
മഷിയും അഴുക്കും പുരണ്ടിട്ടില്ല.

സ്വച്ഛഭാരതം!

ആ നിർത്തുണ്ടല്ലോ, അതിനുമുന്നിൽ ഞാൻ അരണ്ടുനിന്നു പോയി, ഇടിവണ്ടിക്കു മുന്നിൽപ്പെട്ട ഇല്ലാവല്ലായക്കാരനെപ്പോലെ. ഒരു ലൈബ്രറിക്കു ചുറ്റുമുള്ള കുറേ കെട്ടിടങ്ങൾമാത്രമാണ് സർവ്വ കലാശാലകൾ എന്നു പറഞ്ഞിട്ടുണ്ട് അമേരിക്കയിൽനിന്ന് ഷെൽബി ഫൂട്ട്. ഒരു ലൈബ്രറിക്കു ചുറ്റുമുള്ള കുറച്ചു വീടുകൾ മാത്രമാണ് നാട്ടിൻപുറം എന്നു തിരുത്തിയിട്ടുമുണ്ട് നമ്മുടെ കേരളം.

ഈ കവിത ചോദിക്കുന്നു: ആരാണ് ആ ലൈബ്രറിയിലേക്ക് കെടുകാലെടുത്തുവെച്ചത്? ഏകാധ്യാപകവിദ്യാലയം പോലിരുന്ന അവിടം ഡിജിറ്റൽ എ.സി. റൂമാക്കിയത്? റഫറൻസ് ഗ്രന്ഥങ്ങളെ വായിച്ചു'തീർ'ക്കുന്ന കാണാപ്പാറ്റകളെയും മായച്ചിതലുകളെയും അവിടേക്ക് ചൊല്ലിയയച്ചത്? അനേകർ അറിഞ്ഞ പുസ്തകങ്ങളുടെ

പുസ്തകങ്ങൾക്ക് അജ്ഞാതവാസംമുതൽ ചിത്രവധംവരെ വിധിച്ചത്? വായനക്കാരുടെ മഷിയും അഴുക്കും പുരളാത്ത പുസ്തകാഭാസങ്ങൾക്ക് വിശുദ്ധപദവി നല്കിയത്? രണസ്മാരകങ്ങൾ പോലെ ജനാരവമുയർത്തിയിരുന്ന ലൈബ്രറിയെ ഭീകരനിശ്ശബ്ദതയുടെ ശവപ്പറമ്പാക്കിയത്? കാണാത്ത മുള്ളുവേലികൊണ്ട് ചുറ്റപ്പെട്ട കാലമാണിത്. ചെകുത്താൻ വരുമ്പോൾ ചെന്നായ്ക്കൾ ഓരിയിടുകയും പാറാടകൾ പറക്കുകയും വേണമല്ലോ? ദൃശ്യചാരുതയുടെ മാരീചനടനങ്ങളോടെയാണ് അവന്റെ പോന്നുവരവെങ്കിൽ ആർക്ക് എന്തു രക്ഷ? ലിപ്സ്റ്റിക്കും നെയിൽ പോളീഷും റോസ് പൗഡറുമാണ് ചെകുത്താന്റെ മോഹിനിമാർക്കെങ്കിൽ അടയാളങ്ങളെ ആർ എങ്ങനെ വ്യാഖ്യാനിക്കും?

ഈ കവിതയിലെ 'സ്വച്ഛഭാരതം!' എന്ന അവസാനസമസ്തപദം വായിക്കുമ്പോൾ എനിക്ക് ഹൃദയസ്തംഭനം വരുംപോലെ തോന്നി. ഫാസിസത്തിന്റെ മഹാപ്രച്ഛന്നതയുടെ മാന്ത്രികവൈദഗ്ദ്ധ്യം എന്റെ അടിവേരുകളെപ്പിടിച്ചു കുലുക്കി. വായനയുടെ വ്യാകരണം മറന്ന് ഞാൻ കവിതയിലേക്കു തിരിച്ചോടി, പടുമരണം പിറകേ വരുമ്പോൾ മാർക്കണ്ഡേയൻ ഓടിയ അതേ ഓട്ടം. കവിതയിലെ അവസാനവരിയിൽനിന്ന് മുകളിലേക്ക്. ഓരോ വരിപ്പടവും ഓരോ ഖണ്ഡികത്തളവും പിന്നിട്ട് എന്റെ വിപരീതവായന കവിതയുടെ പിരിയൻകോണി കയറി.

ഞാൻ ഇപ്പോൾ ലൈബ്രറിമുറ്റത്തെ പ്രതിമാ മഹാത്മാഗാന്ധിക്കു മുന്നിലാണ്. എന്റെ ഭയവിഭ്രാന്തമായ രാഷ്ട്രീയഹൃദയം ആ കാവൽരൂപത്തിന് ഭഗത്സിംഗിന്റെ വീരാശംസയർപ്പിച്ചത് കിതച്ചുകൊണ്ടാണ്. ഇപ്പോൾ തൊട്ടുമുകളിലത്തെ കവിതാഖണ്ഡിക എന്നോടു വചനം പറയുന്നു:

> കാറ്റ് എന്ന വിപ്ലവകാരി
> നാടു പിടിച്ചുകുലുക്കി
> ദേശമുണർന്നു.

മാറ്റുദേശത്തെ ഉണർത്തുന്ന മഹാമുദ്രാവാക്യമായി ആ വരികൾ മുഴങ്ങുന്നു. പിന്നാലേ മുൻവരികൾ, പിന്നാലേ പിന്നേയും വരികൾ അങ്ങനെ ആ കവിതയാകെയും മുഴങ്ങുന്നു. ഞാൻ വായിച്ചറിയുകയായിരുന്നു-അഴിച്ചെടുക്കാനാകാത്ത അടയാളങ്ങളുടെ കാലത്ത് കവിതയ്ക്ക് എന്തു ചെയ്യാനാകുമെന്ന്, അടയാളങ്ങൾ അഴിച്ചെടുക്കുക എന്ന രാഷ്ട്രീയകർമ്മം കവിത നിർവഹിക്കുന്നതെങ്ങനെ എന്ന്.

മാറുന്ന മഹാത്മാ

ഏങ്ങണ്ടിയൂർ ചന്ദ്രശേഖരൻ

നന്നേ ചെറുപ്പംമുതൽ ഏങ്ങണ്ടിയൂരിൽനിന്ന് ഒളരിക്കരയിലെ അമ്മവീട്ടിലേക്കുള്ള ബസ്‌യാത്രയിൽ ചില വഴിയോരക്കാഴ്ചകൾ മനസ്സിൽ തങ്ങിനിന്നിരുന്നു. അരിമ്പൂരിലെത്തിയാൽ വടിയും കുത്തിനിൽക്കുന്ന ഗാന്ധിപ്രതിമയും. ആണ്ടുകൾക്കുശേഷമാണ് മഹാത്മാ വായനശാലയുടെ കാവലാളായിരുന്നു ഈ ഗാന്ധി പ്രതിമ എന്നറിഞ്ഞത്.

'മഹാത്മാ ഗ്രന്ഥശാല, മാറ്റുദേശം' എന്ന രാവുണ്ണിയുടെ കവിത വായിച്ചപ്പോൾ കുറേ ചിത്രങ്ങൾ തെളിഞ്ഞുവന്നു. കവിത യെഴുതിയ കവിയും വായനശാലയും വായനക്കാരായ പലരും എന്റെ പരിചയക്കാർതന്നെ. മുൻലൈബ്രേറിയനായ ജയൻ അവ ണൂർ എന്റെ ആത്മമിത്രവും. ഏറ്റെടുത്തതെന്തും ആത്മാർത്ഥത യോടെ ചെയ്യുന്നതുകൊണ്ടാകണം ജയൻ എത്തുമ്പോൾ പുസ്തകങ്ങളുടെ ആരവമുയരുന്നത്. വായനശാലയിൽ സന്ദർശ കരായ ആരും ഈ കവിതയിൽ ഞങ്ങൾക്കൊരു ഇടമുണ്ടെന്ന് കരുതും. പുസ്തകങ്ങളിൽ വായനാനുഭവം കുറിക്കുന്നതും ചില വാക്യങ്ങളെ അടിവരയിടുന്നതും പുസ്തകങ്ങളെ വികൃതമാക്കാ നാണെന്ന് തോന്നാറുണ്ട്. വായനശാലയുടെ നിശ്ശബ്ദതയിൽനിന്ന് കഥാപാത്രങ്ങളും ചരിത്രപുരുഷന്മാരും ഇറങ്ങിവന്ന് നമ്മളോട് ഒട്ടിനിൽക്കും. ചിലപ്പോൾ തത്ത്വചിന്തയാലും ഉള്ളുരുകുന്ന വർത്തമാനങ്ങളാലും നമ്മളെ പൊള്ളിക്കും. ഗദ്യകാവ്യരചനയുടെ രസതന്ത്രങ്ങളാൽ കവി നമ്മളെ കാഴ്ചയിലെന്നപോലെ എല്ലാം അനുഭവിപ്പിക്കുന്നു.

വർഷങ്ങൾക്കുശേഷം കവി വായനാശാലയിലെത്തി ഒരു പുസ്തകം എടുക്കുന്നു. മുഷിയാത്ത, പുതുമണം മാറാത്ത, ആരും തൊട്ടുതീണ്ടാത്ത ഒന്ന്. അതിന്റെ പുറംചട്ടയിൽ 'സ്വച്ഛ ഭാരതം' എന്ന് കുറിച്ചിട്ടിരിക്കുന്നു. കവി കാലത്തെ കുറിച്ചിടുന്ന തിങ്ങനെ!

വായനയുടെ ചില വർത്തമാനങ്ങൾ

ഇ.ജിനൻ

രാവുണ്ണിയുടെ 'മഹാത്മാ ഗ്രന്ഥശാല, മാറ്റുദേശം' എന്ന കവിത മാതൃഭൂമിയിൽ വായിച്ച അന്നുതന്നെ കവിയെ വിളിച്ച് ഞാൻ എന്റെ ഇഷ്ടം അറിയിച്ചിരുന്നു. ഇഷ്ടം വെറുതെ അറിയിച്ചതല്ല. ഇഷ്ടംകൊണ്ടുതന്നെയാണ്.

ഈ കവിതയിൽ ഗഹനമായ ഒന്നുമില്ല. നാല്പതുവർഷംമുൻപ് ഒരു വായനക്കാരനോ വായനക്കാരിയോ അനുഭവിച്ച പുസ്തക മണം വീണ്ടുമെത്തുകയാണ്. വായനശാല തുറക്കുന്ന ഒച്ച ചെവി യിലേക്ക് പുറപ്പെടുകയാണ്. അല്ലലും അലട്ടുമില്ലാതിരുന്ന കാലത്ത് വായനശാലയിൽനിന്ന് പുസ്തകങ്ങൾ എടുത്ത് പോന്നി രുന്ന ഓർമ മനസ്സിലേക്ക് എത്തിനോക്കുകയാണ്.

മാറ്റുദേശം വെറുമൊരു ദേശമല്ല. കേരളത്തിലെ ഏത് ദേശ വുമാവാം. മഹാത്മാ ഗ്രന്ഥശാല ഏത് ഗ്രാമീണവായനശാലയു മാവാം. അവണൂർ ജയപ്രകാശ് എന്ന ലൈബ്രേറിയൻ എവിടെ യുമുണ്ടാവാം. ഓരോ പുസ്തകത്തിന്റേയും ആദ്യപേജിൽ കാണുന്ന വായനശാലാമുദ്രയും നമ്പറും കണ്ണിൽപെടുന്നുണ്ട്. എനിക്കോർമ വരുന്നത് പുസ്തകത്താളുകളിൽ ഉടനീളം 'ഇവൾ മരിക്കേണ്ടിയിരുന്നില്ല... കൊല്ലേണ്ടിയിരുന്നില്ല...' തുടങ്ങിയ കമന്റു കളും അവസാനപേജിൽ very good എന്ന എഴുത്തുമാണ്.

പുസ്തകഷെൽഫിൽനിന്ന് കാളിദാസനും കോട്ടയം പുഷ്പനാഥും ചങ്ങമ്പുഴയും ബഷീറും മറ്റും ഇറങ്ങിവരുന്നുണ്ട്. കാലത്തിന്റെ മാറ്റത്തെ സൂചിപ്പിച്ചുകൊണ്ടുള്ള അവസാനബിംബമാണ് ഈ കവിതയുടെ ഹൈലൈറ്റ്. വിയർത്തൊലിച്ച് ആടുന്ന മരക്കസേരയിലിരുന്നിരുന്ന പാർട്ടൈം ലൈബ്രേറിയൻ ജയനിൽനിന്ന് ഏ.സി.റൂമിലെ ചക്രക്കസേരയിൽ ഉറക്കംതൂങ്ങുന്ന സുസ്മിതാ ഹരനിലേക്കുള്ള പരിണാമമാണത്.

അഴുക്കു പുരളാത്ത, തുന്നൽ പൊട്ടിയിട്ടില്ലാത്ത കവിതാപുസ്തകക്കാഴ്ച സ്വച്ഛ്ഭാരത് എന്ന പൊളിറ്റിക്സിലേക്കുള്ള പൂർണവിരാമമിടലാണ്. വായനക്കാരുടെ മനസ്സ് ഇനിയും മടങ്ങിവരാത്ത ഒരു നിഷ്കളങ്കഭൂതകാലത്തിലേക്കുള്ള യാത്ര തിരിക്കലാണ്. ഈ യാത്ര ഒരു ഭൂതകാലക്കുളിരല്ല. നമുക്ക് നഷ്ടപ്പെട്ട ഒരു വായനാസംസ്കാരത്തിന്റെ ഉയിർപ്പിലേക്കുള്ള തിരനോട്ടം മാത്രമാണ്.

ഇത്രയുമാണ് 'മഹാത്മാ ഗ്രന്ഥശാല, മാറ്റുദേശ'ത്തെക്കുറിച്ചുള്ള എന്റെ വർത്തമാനങ്ങൾ.

വിസ്തൃതമായ ഭൂപടത്തിൽ വിന്യസിക്കപ്പെട്ട ഒരു കവിത

ബക്കർ മേത്തല

മഹാത്മാ ഗ്രന്ഥശാലപോലെ അനേകം ഗ്രന്ഥശാലകൾ കേരളത്തിൽ എവിടെയും കണ്ടേക്കാം. പക്ഷേ, അവണൂർ ജയപ്രകാശ് എന്ന ലൈബ്രേറിയനെ കണ്ടെത്താൻ കഴിയണമെന്നില്ല. ചില വ്യക്തികൾക്ക്, തങ്ങളുടെ കർമ്മങ്ങളെ നിഷ്കാമമാക്കി മാറ്റിയെടുക്കാൻ കൈവരുന്ന വിശുദ്ധിയുണ്ട്. ലൈബ്രേറിയൻ എന്ന നിലയിൽ ചെയ്യുന്ന ജോലിയെ കേവലം പുസ്തകവിതരണത്തിനപ്പുറത്തേക്ക് വിപുലീകരിക്കുകയും തന്റെ ജീവിതം കാവ്യപുസ്തകം പോലെ മനോഹരമാക്കിത്തീർക്കുകയും ചെയ്തു എന്നതാണ് ജയന്റെ പ്രത്യേകത. ലൈബ്രേറിയൻ വായനശാലയെ തീർത്ഥാടനകേന്ദ്രമാക്കുകയും പുസ്തകങ്ങളെ അവിടത്തെ ദൈവങ്ങളാക്കി പ്രതിഷ്ഠിക്കുകയും അക്ഷരപൂജ ചെയ്യുകയും ചെയ്തു. അതുകൊണ്ടാണ് വായനക്കാർ അങ്ങോട്ടേക്കൊഴുകിയെത്തിയത്.

വായനയുടെ ഓർമ്മകളെ വീണ്ടെടുക്കുന്ന ഒരു കവിത കൂടിയാണിത്. പുസ്തകത്തിന്റെ താളുകളിലൊക്കെ എഴുത്തുകാരനെക്കുറിച്ചും കഥാപാത്രങ്ങളെക്കുറിച്ചും കമന്റ് ചെയ്ത കൗമാരകാലത്തെ ചപലതയെ ഈ കവിത ഓർമ്മകളിൽനിന്ന് തോണ്ടിയെടുത്തു. “ഈ കൂളിങ്ങ് ഗ്ലാസുകാരനാണ്ടാ കൊലയാളി” എന്ന കമന്റിലൂടെ ആ പുസ്തകം കെട്ടിപ്പൊക്കിയ സസ്പെൻസിന്റെ ഇരുണ്ട കോട്ടയാകെ അടിച്ചുപൊളിച്ച സുഖമനുഭവിച്ച എത്രയോ വായനക്കാർ, ഇക്കവിതയിലെ ഈ വരി വായിച്ചു മന്ദഹസിച്ചിട്ടുണ്ടാകും.

പുസ്തകങ്ങളെ കൈയിലെടുത്ത് തലോടുന്ന, കുശലംചോദിക്കുന്ന, പുസ്തകങ്ങളെ പ്രണയിക്കുന്ന ജയനെ സ്നേഹച്ചൂരലേന്തിയ മാഷ് എന്ന പ്രയോഗത്തിലൂടെ ആ വ്യക്തിത്വത്തിന്റെ സർവ്വഭംഗിയും രാവുണ്ണി ആവിഷ്ക്കരിച്ചിട്ടുണ്ട്. രണ്ടാംഖണ്ഡം വരുമ്പോഴാണ് യാന്ത്രികത എങ്ങനെയൊക്കെ മനുഷ്യാവസ്ഥയെ അചേതനമാക്കിക്കളയുന്നു എന്ന ഭീകരയാഥാർത്ഥ്യത്തെ നാം അഭിമുഖീകരിക്കുന്നത്. ഡിജിറ്റലൈസ് ചെയ്ത, എയർകണ്ടീഷൻ ചെയ്ത ലൈബ്രേറിയിലേക്ക് നാല്പത് വർഷത്തിനുശേഷം വരുന്ന കവിക്ക് കാണാൻ കഴിയുന്നത് കറങ്ങുന്ന കസേരയിലിരുന്ന് ടെലിവിഷൻ ആസ്വദിക്കുന്ന സുന്ദരിയായ ലൈബ്രേറിയനെയാണ്. അവൾക്കാകട്ടെ ആ ജോലി സൃഷ്ടിക്കുന്നത് ബോറടിയുമാണ്. ഒരു കോട്ടുവായിലൂടെ അത് സൂചിപ്പിക്കുന്നുണ്ട്.

പണ്ടുകാലത്ത് വായനക്കാരും ലൈബ്രേറിയനും തമ്മിൽ ആത്മബന്ധമുണ്ട്. ആധുനികവത്ക്കരിക്കപ്പെട്ട ലൈബ്രേറിയിടങ്ങളിൽ നിന്നും ആ നന്മ കുടിയൊഴിഞ്ഞുപോയി. സ്വച്ഛഭാരതം എന്ന പ്രയോഗത്തിൽ ഇക്കവിതയെ കൊണ്ടെത്തിക്കുമ്പോൾ ഈ വായനശാല ഇന്ത്യയുടെ പ്രതീകമായിമാറുന്നു. ജനങ്ങളെ അന്യവത്ക്കരിച്ച് ദന്തഗോപുരവാസികളാക്കി നമ്മെ ഭരിച്ചുകൊണ്ടിരിക്കുന്ന അലസജന്മങ്ങളുടെ, അപകടജന്മങ്ങളുടെ പ്രതിനിധാനവും പുതിയ ലൈബ്രേറിയനിലുണ്ട്.

എനിക്കും ഒരു വായനശാലയുണ്ടായിരുന്നു. കൊടുങ്ങല്ലൂരിലുള്ള മുഴുവൻ വായനക്കാരേയും മേത്തല കടുക്കച്ചുവടിലുള്ള ഗ്രാമീണവായനശാലയിലേക്ക് ആകർഷിച്ച മജീദ് എന്നൊരു ലൈബ്രേറിയനുണ്ടായിരുന്നു. എന്നെക്കൊണ്ട് 'വോൾഗമുതൽ ഗംഗവരെ,' 'ക്രോധത്തിന്റെ മുന്തിരിപ്പഴങ്ങൾ' എന്നിവ വായിപ്പിച്ച മജീദ് നക്സലൈറ്റായിരുന്നു. ഒടുവിൽ ജീവിതത്തിന്റെ ഏതോ ഒരു തിരിവിൽവെച്ച് അക്ഷരങ്ങളേയും പുസ്തകങ്ങളേയും ഉപേക്ഷിച്ച് കയർത്തുമ്പിൽ ജീവിതത്തെ കെട്ടിത്തൂക്കി.

'മഹാത്മാ ഗ്രന്ഥശാല, മാറ്റുദേശം' എന്ന കവിത എന്റെ മനസ്സിലേക്ക് രാവുണ്ണിയെയും ജയനെയും മാത്രമല്ല കൊണ്ടുവന്നത്. ഒരുപാട് വായനക്കാരെയും പലകാലങ്ങളിലെ പലദേശങ്ങളിലെ ലൈബ്രേറിയന്മാരെയും കൊണ്ടുവന്നു. അപ്പോൾ ഈ കവിത മാറ്റുദേശത്തിന്റെ ഒരു ലഘുഭൂപടത്തിലല്ല, കേരളം എന്ന മലയാളദേശത്തിന്റെ വിസ്തൃതമായ ഭൂപടത്തിലാണ് വിന്യസിക്കപ്പെടുന്നത്.

ഭയം അരിച്ചരിച്ചെത്തുന്നു...

പി.സലിംരാജ്

ആയുധങ്ങൾ, നുണകൾ, ഭയങ്ങൾ ഭരിക്കുന്ന രാജ്യമായി ഇന്ത്യ മാറി. ന്യൂനപക്ഷങ്ങളും ദളിതരും ആദിവാസികളും ഉന്മൂലന ഭീഷണി നേരിടുന്നു. ഏതു ഭക്ഷണം, ഏതു വസ്ത്രം, ഏതു ഭാഷ, ഏതു കല എന്നതെല്ലാം സംഘപരിവാർ തീരുമാനിക്കും. "പാക്കിസ്താനിലേക്ക് പോകൂ" എന്ന ആക്രോശംപോലെ രാമനാമോച്ചാരണവും അക്രമത്തിനുള്ള ആഹ്വാനമായിത്തീരുന്നു. ഇന്ത്യൻ തെരുവുകളെ അശാന്തവും രക്തപങ്കിലവുമാക്കുന്ന ഫാസിസ്റ്റ് കാലത്തോടുള്ള പ്രതികരണമാണ് 'മഹാത്മാ ഗ്രന്ഥശാല, മാറ്റുദേശം' എന്ന രാവുണ്ണിക്കവിത.

കെട്ടുകഥകൾ ചരിത്രപാഠപുസ്തകങ്ങൾ. യുക്തിരാഹിത്യവും അന്ധവിശ്വാസങ്ങളും പൊതുസമൂഹത്തിന്റെ മുഖമുദ്ര. അടിസ്ഥാനമില്ലാത്ത വസ്തുതകൾ ശാസ്ത്രനിയമങ്ങൾ. അന്ധവിശ്വാസങ്ങൾ, അനാചാരങ്ങൾ തിരികെയെത്തുന്നു. കലാകാരന്മാർക്കും എഴുത്തുകാർക്കും സ്വതന്ത്രചിന്തകർക്കും വെടിയുണ്ട. ഇത്തരം ദുരന്തസത്യങ്ങളെയാണ് ഈ കവിത നേരിട്ടുപറയാതെത്തന്നെ ഓർമ്മിപ്പിക്കുന്നത്. ഭരണകൂടത്തിന്റെ ഹിംസകൾ 'സ്വച്ഛഭാരതം' എന്ന മധുരപദത്തിൽ പൊതിഞ്ഞുവെച്ചാലും ജനകവിത ദുഃസ്വപ്നബാധിതമായ ഭാഷയിൽ തിക്തയാഥാർത്ഥ്യങ്ങളെ വെളിപ്പെടുത്തിക്കൊണ്ടിരിക്കും.

അരിമ്പൂർ സെന്ററിൽ റോഡരികിൽ നിലകൊള്ളുന്ന മഹാത്മാ ഗ്രന്ഥശാലയ്ക്കു മുന്നിലെ ഗാന്ധിപ്രതിമ മൂന്നുവട്ടം തകർക്കപ്പെട്ടതാണ്, മൂന്നുവട്ടം പുതുക്കിപ്പണിതതും. അക്കാലത്ത് ധീരപാലൻ ചാളിപ്പാട്ട് 'ഗോഡ്സെ, വീണ്ടും!' എന്ന കവിത എഴുതുകയുണ്ടായി.

ഇന്ന് ഗോഡ്സെ അമ്പലങ്ങളിൽ പൂജാവിഗ്രഹമായി ആരാധിക്കപ്പെടുന്നു. ചരിത്രത്തിലെ ഈ വൈപരീത്യം ജർമ്മനിയിലെയും ഇറ്റലിയിലെയും സർവ്വസൈന്യാധിപൻമാരുടെ പ്രത്യയശാസ്ത്ര നിർമ്മിതിയെ ഓർമ്മിപ്പിക്കുന്നുണ്ട്. ആദ്യമാദ്യം അവർ തേടി വന്നത് തന്നെയായിരുന്നില്ല, മറ്റൊരാളെ ആയിരുന്നുവെന്ന് സമാധാനിച്ചവർക്ക് ഒടുവിൽ ചുരുങ്ങിച്ചുരുങ്ങിവരുന്ന വലയ്ക്കകത്ത് പിടഞ്ഞൊടുങ്ങേണ്ടിവന്നു.

അപരനോട് അനുകമ്പയില്ലാത്തവിധത്തിൽ മനുഷ്യമനസ്സുകളെ സങ്കുചിതമാക്കിക്കൊണ്ട് നാസികൾ അത് തുടങ്ങിവെച്ചു. ആൾക്കൂട്ടക്കൊലകളിലൂടെ, തടവറമരണങ്ങളിലൂടെ അവർ മുന്നേറി. അസഹിഷ്ണുതയുടെ സാമ്രാജ്യം സ്ഥാപിച്ചു. നമ്മുടെ നാട്ടിൽ സവർണഹൈന്ദവപൗരോഹിത്യം മനുസ്മൃതിയും ചാതുർവർണ്യവും തിരിച്ചെത്തിക്കാൻ ശ്രമിച്ചുകൊണ്ട് കാവിവൽക്കരണ പ്രക്രിയക്ക് ആക്കംകൂട്ടുകയാണ്. ഭൂകമ്പത്തിന്റെ കാലൊച്ചകൾ പോലെ സമഗ്രാധിപത്യം അടുത്തടുത്തുവരുന്നത് രാവുണ്ണി വരികളിലൂടെ അനുഭവിപ്പിക്കുന്നു.

'ഒരു സംസ്കാരത്തെ നശിപ്പിക്കാൻ പുസ്തകങ്ങൾ തീയിടേണ്ടതില്ല, ജനങ്ങൾ അവ വായിക്കുന്നത് തടഞ്ഞാൽ മതി' എന്ന് അമേരിക്കൻ എഴുത്തുകാരൻ റേ ബ്രോഡ്ബറി നിരീക്ഷിക്കുകയുണ്ടായി. നാൾചെല്ലുംതോറും അപകടകരമാംവിധം ജനപ്രിയത നേടുന്ന ഹിന്ദുത്വം നടപ്പിലാക്കുന്നത് ഇതുതന്നെയാണ്. നാമറിയാതെ നമ്മുടെ ഉള്ളുചോർത്തുന്നു. അവരുടെ അജണ്ടകൾക്ക് പൊതുസമ്മതി നേടിയെടുക്കുന്നു. ഗ്രന്ഥശാലകളെ നിശ്ചലമാക്കിയും വായനയെ വന്ധീകരിച്ചും വർഗീയഫാസിസത്തിന്റെ തേർവാഴ്ച തുടരുന്നു.

കേരള ഗ്രന്ഥശാലാസംഘം പ്രസിഡണ്ടായിരിക്കെ, 1990-കളുടെ ഒടുവിൽ, കടമ്മനിട്ട രാമകൃഷ്ണൻ സാഹിത്യ അക്കാദമിയിൽ നടത്തിയ ഒരു പ്രഭാഷണത്തിൽ, വീടുകളിൽ ഷോകെയ്സുകളിൽ തടിച്ച പുസ്തകങ്ങൾ നിരത്തിവെച്ച് അലങ്കരിക്കുന്നതിനെപ്പറ്റി പറയുകയുണ്ടായി. മഹാഗ്രന്ഥങ്ങൾ പ്ലാസ്റ്റിക് കവചം (Shrink wrapping) അഴിച്ചുമാറ്റാതെയാണ് സ്വീകരണമുറിയിൽ ചന്തത്തിൽ സൂക്ഷിക്കുന്നത്. വായനക്കുവന്ന വിപര്യയത്തെ ചൂണ്ടിക്കാട്ടുകയായിരുന്നു കവി. പുസ്തകങ്ങളെ പ്രദർശനവസ്തുവാക്കി മാറ്റുന്ന അദൃശ്യമായ ഒരു ഉടമ്പടിയിൽ നാമെല്ലാം ഒപ്പുവെക്കുകയാണ്. വംശഹത്യയുടെ നരകമുറികളിലേക്കാണീ ഉന്മാദയാത്ര എന്നതറിയാതെ...

ഓർമയുടെ പക്ഷിസങ്കേതങ്ങൾ

രോഷ്നി സ്വപ്ന

കവിത പലർക്കും പലതാണ്. 'മനുഷ്യനുവേണ്ടി ഉള്ളതാണ്' എന്നാണ് കവി രാവുണ്ണി പറയുക. കാരണം മറ്റുള്ളവരുടെ ജീവിതം തന്റേത് കൂടിയാക്കി അനുഭവിച്ചാണ് ഈ കവി കവിത എഴുതുന്നത്. മനുഷ്യചരിത്രത്തെ നന്മതിന്മകൾ അടങ്ങുന്ന സമഗ്രതയിൽ ആണ് ഈ കവി കണ്ടെത്തുന്നത്. അതുകൊണ്ടാണ് വീട്ടിലെത്തി വാതിൽ തുറക്കുമ്പോൾ കള്ളനെ കണ്ടിട്ടും കവി ഞെട്ടാത്തത്.

ഓർമ്മയും കാലവും വർത്തമാനവും നീതിയും സ്നേഹവും രാവുണ്ണിയുടെ കവിതകളുടെ ആത്മാവിന്റെ ഓരോ അടരുകളാണ്. രാവുണ്ണിയുടെ കവിതകൾതന്നെയാണ് ആ കവിതകളുടെ രാഷ്ട്രീയവും. ഒപ്പംതന്നെ ജീവിതത്തിന്റെ അത്രയ്ക്ക് മൂർച്ചയേറിയ വേദനകളെ, പ്രണയത്തെ, സഹജീവനത്തെ, അദ്ദേഹം കണ്ണാടിയിൽ നോക്കി എഴുതിയെടുക്കുകയും ചെയ്യുന്നു. 'മഹാത്മാ ഗ്രന്ഥശാല, മാറ്റുദേശം' എന്ന കവിതയിൽ ചലനത്തിന്റെയും കാഴ്ചയുടെയും ഓർമയുടെയും മനുഷ്യരാഷ്ട്രീയമുണ്ട്.

അരിമ്പൂർ പഞ്ചായത്ത് ഓഫീസിനുമുന്നിൽ ബസ്സിറങ്ങി അവണൂർ ജയപ്രകാശ് എന്ന പാർട്ടൈം ലൈബ്രേറിയൻ മഹാത്മാ ഗ്രന്ഥശാലയിലേക്ക് ഓടുന്ന ദൃശ്യത്തിലാണ് കവിതയിലെ കാഴ്ച ആരംഭിക്കുന്നത്. പിന്നീട് മാജിക്കൽ റിയലിസംപോലെ, വാതിൽ തുറക്കുന്ന ശബ്ദംകേട്ട് ആരവമുയർത്തുന്ന പുസ്തകങ്ങളെ കേൾക്കാം. സചേതനമായ ഒരു കർതൃത്വം പുസ്തകങ്ങൾക്കുള്ളിലെ ലോകങ്ങൾക്കുണ്ട് എന്ന ഓർമ്മപ്പെടുത്തലാണിത്. ജയൻ

അവണൂർ എന്ന ലൈബ്രേറിയനിലൂടെയാണ് കവിത വികസിക്കുന്നത്. അയാൾ കവിയാണ്, ചിത്രകാരനാണ്. കൈ ഇളകുന്ന മരക്കസേരയിൽ ഇരിക്കാൻപോലും സമയം കിട്ടാതെ സദാസമയവും പുസ്തകങ്ങളെ തൊട്ടുംതലോടിയും കുശലംചോദിച്ചും അയാൾ ചിലവാക്കുന്നു. പുസ്തകങ്ങളെ സ്കൂൾ കുട്ടികളായും ലൈബ്രേറിയനെ മാഷായും കവി സങ്കൽപ്പിക്കുന്നു.

ലൈബ്രറിയാണ് അയാളുടെ യഥാർത്ഥവീട് എന്ന വരിയിൽ എത്തുമ്പോൾ പുസ്തകങ്ങളുടെയും വായനശാലകളുടെ ചരിത്രം നാം ഓർക്കുന്നു. ഓർമ്മയുടെ രണ്ടുരൂപങ്ങളായ ധാതുസ്മൃതിയും സസ്യസ്മൃതിയും വായനയിലും പുസ്തകങ്ങളിലും അന്തർലീനമാണ് എന്ന് ഉംബർട്ടോ എക്കോ ആണ് പറഞ്ഞത്. ഓർമയുടെ പക്ഷിസങ്കേതങ്ങളാണ് പുസ്തകങ്ങൾ.

പുസ്തകങ്ങളിൽ കിടക്കുന്ന മുദ്രകളെയും നമ്പരുകളും ജയിൽപുള്ളികളെന്നപോലെയാണ് കവിക്ക് തോന്നുന്നത്.

The library is/Inhabited by spirits./That come out of the pages at night എന്ന് ഇസബെൽ അലൻദേ പറഞ്ഞത് ഓർമ്മിക്കാം. രമണനും മാർക്സും മഹാത്മാവും ഒരുമിച്ച് തെളിയുന്ന താളുകളിൽനിന്ന് ഏകാന്തതയും അക്ഷരപ്പന്തങ്ങൾ ഏറ്റുവാങ്ങാനെത്തുന്ന യുവാക്കളെയും കാണാം. ന്യായ, വേദ, തർക്ക ദർശനങ്ങൾ മനുഷ്യനെ ലോകസഞ്ചാരികൾ ആക്കുന്നതിന്റെ വലിയ ചരിത്ര സാന്നിധ്യങ്ങൾ ഈ കവിതയിലുണ്ട്. പുസ്തകത്തെ, ചിന്തയെ അകറ്റിനിർത്തിക്കൊണ്ടല്ലാതെ നിശ്ശബ്ദതയുടെ അരാഷ്ട്രീയത പരത്താനാവില്ല എന്ന പുതിയ ലോകവ്യവസ്ഥയാണ് ഈ കവിതയുടെ കാതൽ.

ചിന്തിക്കുന്ന മനുഷ്യൻ പുതിയ രാഷ്ട്രീയത്തിന്റെ ശത്രുവാകുന്നു. നിശ്ശബ്ദതയെ അടിച്ചമർത്തലിന്റെ ആയുധമാക്കി കാണുന്ന അടയാളങ്ങൾ ഈ കവിതയിലുണ്ട്. അതുകൊണ്ടുതന്നെ കേവലം ഒരു വായനശാലയുടെ ഗൃഹാതുരസ്മരണ മാത്രമായി നമുക്ക് ഈ കവിത വായിച്ചെടുക്കാൻ ആവില്ല.

ഇത് അടച്ചുപൂട്ടുന്ന ചിന്തയുടെ, വായനയിലൂടെമാത്രം നേടിയെടുക്കാനാവുന്ന പ്രതിബദ്ധതയുടെ ഓർമ്മപ്പെടുത്തൽ കൂടിയാകുന്നു. ഓർമ്മയെ ജീവിതത്തിന്റെ രാഷ്ട്രീയമായിത്തന്നെ ഈ കവിത ചർച്ച ചെയ്യുന്നുണ്ട്. ചിന്ത മരിച്ച മനുഷ്യർക്ക് ഓർമ്മയിലേക്ക് ഉയിർത്തെണീപ്പിക്കാനുള്ള ആഹ്വാനമാണ് ഈ കവിത.

മാറ്റവും മുന്നേറ്റവും

ആർ.ശ്രീലതാവർമ്മ

മലയാളികളുടെ അക്ഷരബന്ധവും വായനയുടെ വഴികളും ഭൂതകാലത്തിലും വർത്തമാനകാലത്തിലും എങ്ങനെയെല്ലാം അടയാളപ്പെടുന്നു എന്ന് രാഷ്ട്രീയമായ ഉൾക്കാഴ്ചയോടെ സാക്ഷ്യപ്പെടുത്തുന്ന കവിതയാണ് രാവുണ്ണിയുടെ 'മഹാത്മാ ഗ്രന്ഥശാല, മാറ്റുദേശം.' മാറിയ കാലത്തെയും കാഴ്ചപ്പാടുകളെയും വിദഗ്ദ്ധമായി അവതരിപ്പിക്കുന്നു കവി.

മഹാത്മാ ലൈബ്രറിയിലെ പാർട്ടൈം ലൈബ്രേറിയനായ അവണൂർ ജയപ്രകാശ് ബസ്സിറങ്ങി ലൈബ്രറിയിലെത്താൻ തിടുക്കപ്പെട്ട് ഓടുന്നതിനെക്കുറിച്ച് പറഞ്ഞുകൊണ്ട് കവിത തുടങ്ങുന്നു. പുസ്തകങ്ങൾ വിദ്യാർത്ഥികളാകുമ്പോൾ, സ്നേഹിച്ചും ശാസിച്ചും അവർക്കിടയിലെ അധ്യാപകനാകും അയാൾ, ഏകാധ്യാപകവിദ്യാലയത്തിലെ മാഷ്. ലൈബ്രറിക്ക് ഒഴിവുദിനം തിങ്കളാഴ്ചയാണ്. ആ ദിനം പുസ്തകങ്ങൾക്കിടയിലെത്താൻ കഴിയാത്തതിന്റെ വീർപ്പുമുട്ടലാണ് ലൈബ്രേറിയന്. ജയന്റെ പുസ്തകപ്രണയത്തെക്കുറിച്ച് കവിക്ക് ചുരുക്കത്തിൽ പറയാനുള്ളത് ഇതാണ്:

> ലൈബ്രറിയാണയാളുടെ യഥാർത്ഥവീട്
> ഏകപ്രണയം, നിത്യപ്രാർത്ഥന.

രണ്ടാംഖണ്ഡം പുസ്തകങ്ങളിലൂടെ മലയാളി സ്വന്തമാക്കിയ വൈകാരികലോകത്തിന്റെ നേർച്ചിത്രമാണ്. രണ്ടുവിധത്തിൽ ഈ ചിത്രം അവതരിപ്പിക്കപ്പെട്ടിരിക്കുന്നു. ആദ്യമായി അത്, പുസ്തകത്തിന്റെ പേജുകളിലെ കുറിമാനങ്ങളെയും മറ്റും മുൻനിർത്തി ബാഹ്യതലത്തിലും, രണ്ടാമത്, പുസ്തകങ്ങളുടെ ഉള്ളടക്കത്തെ മുൻനിർത്തി ആന്തരികതലത്തിലും. ലൈബ്രറിയിൽ നിന്നെടുക്കുന്ന പുസ്തകമേതായാലും പുസ്തകത്തെക്കുറിച്ച് അജ്ഞാതരായ

വായനക്കാർ കുറിച്ചിട്ടുപോയ അഭിപ്രായങ്ങൾ ആദ്യപേജ് തൊട്ടേ കാണാം. നർമ്മവും വിമർശനവും ഒക്കെ ഇതിൽപ്പെടും. കാരയിത്രിയും ഭാവയിത്രിയും തമ്മിലുള്ള ഏറ്റുമുട്ടലായി ഈ അഭിപ്രായ പ്രകടനങ്ങളെ കവി ചിത്രീകരിക്കുന്നു.

മൂന്നാംഖണ്ഡം വർത്തമാനകാലത്തിലൂന്നുന്നു. നാൽപതാണ്ടിനു ശേഷം മഹാത്മാ ഗ്രന്ഥശാലയിൽ പോയ കവിയെ വരവേറ്റ ദൃശ്യങ്ങളിലേക്ക് നമുക്കും കടന്നുചെല്ലാം. മഹാത്മാഗാന്ധിയുടെ പ്രതിമ അതേപടി അഴുക്കുപിടിച്ചും പൊട്ടിപ്പൊളിഞ്ഞും നില കൊള്ളുന്നു. ഗ്രന്ഥാലയത്തിനുള്ളിൽ റഫറൻസ് ഗ്രന്ഥങ്ങളൊന്നാകെ പാറ്റയും ചിതലും തിന്നുതീർത്തിരിക്കുന്നു. ലൈബ്രേറിയന്റെ പഴയ ഇളക്കം തട്ടിയ മരക്കസേരയ്ക്കുപകരം ചക്രക്കസേരയാണ്. ലൈബ്രേറിയൻ ഇരിക്കുന്നതാകട്ടെ ഡിജിറ്റൽ എ.സി. റൂമിലും. അവൾ അക്ഷരാനുരാഗിയല്ല എന്നത് പോകട്ടേ, ബാഹ്യമായ അലങ്കാരങ്ങൾ വേണ്ടുവോളം അണിഞ്ഞവളുമാണ്. സുസ്മിതാ ഹരൻ എന്ന് അവൾക്കു പേർ. അലസതയോടെ കോട്ടുവായിട്ട് കമ്പ്യൂട്ടർ സ്ക്രീനിലെ ദൃശ്യചാരുതയിൽ സുസ്മിതാ ഹരൻ മുഴുകുന്നു. അവിടെനിന്ന് ഒരു കവിതാഗ്രന്ഥവുമെടുത്ത് പോരുന്ന കവി ശ്രദ്ധിച്ചത് പുസ്തകത്തിന്റെ തുന്നൽ പൊട്ടുകയോ, പുതുമണം മായുകയോ ചെയ്തിട്ടില്ല എന്നതാണ്. ഒരു പേജിൽപ്പോലും വായനക്കാരുടെ എഴുത്തോ അഴുക്കോ ഇല്ലാത്ത ആ പുസ്തകം സാമൂഹികമായും സാംസ്കാരികമായും നമ്മളെത്തിനിൽക്കുന്ന അപചയങ്ങളെ വിളിച്ചോതുന്നു. കവിത ഇങ്ങനെ സമാപിക്കുന്നു.

> ഗ്രന്ഥശാലാഹാളിൽ ഭീകരനിശ്ശബ്ദത
> പുസ്തകങ്ങൾ നെടുമോഹനിദ്രയിൽ.
>
> ഒരുകവിതാഗ്രന്ഥമെടുത്തുപോന്നു
> തുന്നൽ പൊട്ടിയിട്ടില്ല
> പുതുമണം മാഞ്ഞിട്ടില്ല
> വെളുവെളുത്ത പേജുകൾ
> വർണ്ണശബളം ചട്ട
> ഒരുപേജിലും വായനക്കാരുടെ
> മഷിയും അഴുക്കും പുരണ്ടിട്ടില്ല.
>
> സ്വച്ഛഭാരതം!

രണ്ട് കാലങ്ങൾ തമ്മിലുള്ള വൈരുധ്യം ഇവിടെ പ്രകടമാണ്. സ്വതന്ത്രചിന്തയിലും ആശയസംവാദങ്ങളിലും ഊന്നിയിരുന്ന

മുന്നേറ്റങ്ങളുടെ മുൻകാലവും ചിന്താശൂന്യതയിലും ആശയപരമായ മരവിപ്പിലും ഊന്നുന്ന, മുന്നേറാൻ വിസമ്മതിച്ചുനിൽക്കുന്ന വർത്തമാനകാലവും ഇവിടെ നേർക്കുനേർനിൽക്കുന്നു. മുന്നേറാൻ വിസമ്മതിച്ചുനിൽക്കുക മാത്രമല്ല വർത്തമാനകാലം. അത് പിന്നാക്കം നടന്നുതുടങ്ങിയിരിക്കുന്നു. നടപ്പുകാലത്തെ ഫാസിസ്റ്റ് ശക്തികൾ കാലത്തെ പിന്നാക്കം വലിച്ചുകൊണ്ടുപോകുന്ന കാഴ്ച ആരിലും ഭയം ഉളവാക്കും. യുക്തിയുടെയും ചിന്താശക്തിയുടെയും പിൻബലത്തോടെ നിരന്തരസമരങ്ങളിലേർപ്പെട്ട് നവോത്ഥാനനായകന്മാർ രൂപപ്പെടുത്തിയെടുത്തതാണ് ആധുനിക കേരളം.

എന്നാൽ, വർഗീയമായ വ്യവഹാരങ്ങളെ മുൻനിർത്തി പ്രതിലോമശക്തികൾ നമ്മുടെ നാടിനെ പിന്നാക്കം നടത്താൻ ശ്രമിച്ചുകൊണ്ടിരിക്കുന്നു. കേരളത്തിൽ ഇത് നടക്കില്ലെന്ന് ഉറപ്പിച്ചുപറയണമെങ്കിൽ നമ്മൾ ഇനിയും ഏറെ പ്രതിരോധിക്കേണ്ടതുണ്ട്. ഫാസിസ്റ്റുകൾ അക്ഷരങ്ങളെയും ആശയങ്ങളെയും ഭയക്കുന്നു. അതിനാൽ ലൈബ്രറികൾ ആക്രമിക്കപ്പെടുന്നു. ഈ രീതിയുടെ മറ്റൊരുവശമാണ് വായനക്കാരില്ലാത്ത ലൈബ്രറികളും വായിക്കപ്പെടാത്ത പുസ്തകങ്ങളും അക്ഷരബന്ധമില്ലാത്ത ലൈബ്രേറിയന്മാരും.

'സ്വച്ഛഭാരതം!' എന്ന സമാപനപദം സമീപകാലത്ത് ഇന്ത്യൻ അവസ്ഥകൾക്കുനേരെ ഉയർന്നിട്ടുള്ള ഏറ്റവും രൂക്ഷമായ വിമർശനമാണ്. ആരും ചിന്തിക്കാത്ത, ആരും പ്രതിരോധിക്കാത്ത അവസ്ഥയാണ് ഫാസിസ്റ്റ് ഭരണകൂടത്തിന്റെ ലക്ഷ്യം. അതിനെ അവർ സ്വച്ഛമെന്നേ വിശേഷിപ്പിക്കൂ. ഈ സ്ഥിതിയെ വിശേഷവൽക്കരിക്കുമ്പോൾ കവി തീർച്ചയായും ഇത് മാറിക്കാണാനാകുമല്ലോ ആഗ്രഹിക്കുക. മാറ്റുദേശം എന്ന ശീർഷകത്തിന് അത്തരമൊരു വിവക്ഷ കൂടിയുണ്ട്. ഈ സ്ഥിതി മാറും എന്ന പ്രതീക്ഷയിലേക്കാണ് അത് നീളുന്നത്. വായനയെ, അക്ഷരങ്ങളെ, ആശയങ്ങളെ തിരിച്ചുപിടിച്ചുകൊണ്ട് നമ്മൾ വീണ്ടും മുൻകാലത്തെപ്പോലെ ഉണർവ്വുകളുടെയും മുന്നേറ്റങ്ങളുടെയും പാതയിലേക്കുതന്നെ എത്തിച്ചേരും. ഇത് വളരെ ക്ലേശം നിറഞ്ഞ ഒന്നാണെങ്കിൽകൂടിയും നമ്മൾക്ക് അസാദ്ധ്യമാവുകയില്ല, ഒരിക്കലും.

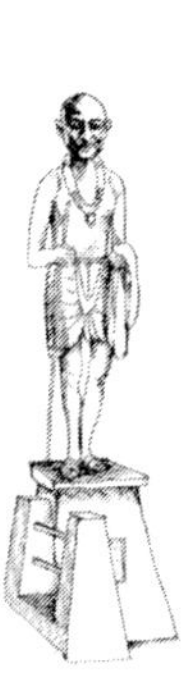

വായന വായന ലഹരിപിടിക്കും വായന ഞാനിതിൽ മുഴുകട്ടെ!

ജയകുമാർ ചെങ്ങമനാട്

തലവാചകത്തിൽ സ്പന്ദിക്കുന്ന അസ്ഥിമാടം എന്നോട് കലഹിക്കില്ല എന്ന് കരുതുന്നു. ഓർമ്മകൾ/ചരിത്രങ്ങൾ ഇല്ലാത്ത ഒരു കാലം 'ഊഷരഭൂമി' തന്നെയാണ്. ഇന്നലെകളെ തിരിച്ചറിയാതെ ഇന്നിനെ നിർവ്വചിക്കാനോ, നാളെയെ സൃഷ്ടിക്കാനോ നമുക്കാവില്ല. നിലപാട് തന്നെയാണ് പ്രധാനം. ഓർമ്മകൾ ഉണ്ടായിരിക്കേണ്ടത് ആതിരയെ തിരിച്ചറിയാനുള്ള മുദ്രാവാക്യമാണ്. പ്രത്യേകിച്ച്, ചരിത്രത്തെ വക്രീകരിക്കുന്ന ഇക്കാലത്ത്.

ഇന്നലെകളെ സത്യസന്ധചരിത്രാന്വേഷികൾ കൊത്തിയെടുത്തിട്ടുണ്ട്. മാനവികതയുടെ കൺവെളിച്ചങ്ങളിലൊന്നായ് ഇന്ത്യൻ തത്ത്വചിന്തയുടെ വിശാലത, ദേശീയസ്വാതന്ത്ര്യസമരം, നവോത്ഥാനം, പ്രസ്ഥാനരൂപം കൊണ്ട ആശയങ്ങൾ എല്ലാം ചേർന്ന് മലയാളമൊഴിച്ചിന്തും പാട്ടിത്തോറ്റുന്നുണ്ട് ചരിത്രത്തെ.

ജയപ്രകാശ് എന്ന ലൈബ്രേറിയൻ തുറക്കുന്ന വാതിൽ ഒരു അടഞ്ഞ മുറിയുടേത് മാത്രമല്ല. വരയും കവിതയും തുടിക്കുന്ന അടങ്ങാത്ത സർഗ്ഗകാമനകളുടെ ചോരയോട്ടമാർന്ന വിരലുകളുടേത് കൂടിയാണ്. മരക്കസേരയുടെ കൈ ഏതോ അറിയാച്ചരിത്രത്തിലെ സത്യങ്ങൾപോലെ ഇളകുന്നുണ്ട്. അലമാരയിലെ പുസ്തകങ്ങളും അയാളും വാസ്തവത്തിൽ ത്രികാലങ്ങളുടെ

സൂക്ഷിപ്പുകാരനാണ്. സിദ്ധാന്തവും പ്രയോഗവും കാറ്റിൽ താളുകൾക്കുള്ളിൽ എഴുത്തച്ഛന്റെ രാവുണ്ണിക്കണ്ണ് തെളിഞ്ഞു തന്നെ നിൽക്കുന്നു.

ആദ്യപുറത്ത് വട്ടമുദ്ര. പിന്നെ ഓരോ താളിലും ദണ്ഡകപ്രകരങ്ങളിലേക്ക് കടക്കാത്ത മനോമുദ്രകൾ. ശ്ലീലം/അശ്ലീലം എന്നീ നിർവ്വചനനിയമങ്ങൾ അക്കാലവായനക്കാരന്റെ നിഘണ്ടുവിലില്ലല്ലോ. എല്ലാം തുടർവായനക്കാർ. കണ്ണാൽ തഴുകേണ്ട ചരിത്രമുദ്രകൾതന്നെ. അങ്ങനെയങ്ങനെ ജീവിതത്തിന്റെ സമസ്ത മേഖലകളിലൂടെയും താളുകൾ മറിയുമ്പോൾ, പുസ്തകം തന്നത് അനുഭവങ്ങളുള്ള മറ്റൊരു മേരുവാകുന്നുവെന്ന കവിയുടെ തുറന്ന ചിരി തെളിഞ്ഞുവരുന്നുണ്ട്.

മാറുന്ന കാലത്തിന്റെ മണിയൊച്ചപോലെ ഗ്രന്ഥപ്പുരക്കും മാറ്റം വന്നു. കവിതയും ചിത്രവും തുന്നിയ പുസ്തകങ്ങൾ അഗ്നിസാക്ഷിയായി മരവിച്ച ആത്മാവുകളാണ്. യന്ത്രവൽക്കരിക്കപ്പെട്ട സാമൂഹ്യപുസ്തകത്തിൽ വികാരവിചാരങ്ങൾക്ക് എന്ത് പ്രസക്തി? അചേതനമായ ജീവിതത്തിന്റെ കോൺക്രീറ്റ് വഴി സൂര്യതാപത്താൽ പൊള്ളിനിൽക്കുന്നു. പഞ്ചായത്ത് പടിയിൽ ബസ്സിറങ്ങി ഓടുന്ന പാർട്ടൈം ലൈബ്രേറിയൻ ഒരു പ്രതീകമാവുകയാണ്. വീടല്ല, നാടാണ് കാര്യമെന്ന് മരച്ചില്ലകൾ കല്യാണി മൂളുന്നിടത്ത് ഉയർത്തപ്പെടുന്നത് കവി രാവുണ്ണിയുടെ ജീവിതത്തിന്റെ കൊടിപ്പടം.

ഗാന്ധി ഒരു വട്ടക്കണ്ണടയും ദണ്ഡുമായി നടക്കാൻ തുടങ്ങുകയാണ്. അവണൂർ ജയപ്രകാശ് ഒരു പ്രകാശമാവുകയാണ്. ഉണ്ണിയല്ലാത്ത അക്ഷരങ്ങൾ ക്ഷരപ്പെടാൻ പാടില്ലാത്ത കാലത്തെ കൊട്ടിപ്പാടുന്നു. വായനശാലാനുഭവത്തിന്റെ ഓർമ്മയും വർത്തമാനവും 'മഹാത്മാ ഗ്രന്ഥശാല, മാറ്റുദേശം' അടയാളപ്പെടുത്തുന്നതിലൂടെ ഭാവിയെ പണിയാനുള്ള വരക്കൂട്ടാകുന്നു. കവിത–കാലം–കവി ഇവിടെ ഉള്ളഴിഞ്ഞ് ചർച്ചചെയ്യേണ്ട മനോസഞ്ചാരങ്ങളാണ്. ഇനി ആ വഴിക്കാകട്ടെ മറിക്കേണ്ടുന്ന ജീവിതത്തിന്റെ താളുകൾ.

രാവുണ്ണിയുടെ കവിതയിലെ ചലന-ദൃശ്യസാധ്യതകൾ

ചാക്കോ ഡി. അന്തിക്കാട്

ലൈബ്രേറിയൻ അവണൂർ ജയപ്രകാശിന്റെ, ബസ്സിറങ്ങിയുള്ള, മാറ്റുദേശം മഹാത്മാ വായനശാലയിലേക്കുള്ള ഓട്ടം, വാതിൽ തുറക്കുന്ന ശബ്ദം കേൾക്കുമ്പോഴുള്ള, പുസ്തകങ്ങളുടെ ആരവം, കസേരയിൽ കുത്തിയിരിക്കാതെ, അലമാരകൾക്കിടയിലൂടെ, പുസ്തകങ്ങളിൽനിന്നും പുസ്തകങ്ങളിലേക്കുള്ള, ലൈബ്രേറിയന്റെ 'റിലേ' ഓട്ടം, അറിവിന്റെ 'ബാറ്റൻ' കൈമാറുന്നപോലെയുള്ള, പുസ്തകക്കൈമാറ്റം. പുസ്തകങ്ങളെ തലോടൽ, കുശലം ചോദിക്കൽ, ഒന്നാംക്ലാസ്സിലെ കുട്ടികളെപ്പോലെ, പുസ്തകങ്ങളുടെ കലപില, പരാതി, ബഹളം, പൊട്ടിച്ചിരി! എല്ലാം, നാടകവേദിയിലെന്നപോലെ, ജീവനുള്ള ചലനങ്ങൾ!

തിങ്കളാഴ്ച നിരാശയുടെ ദിവസം. അന്ന് വായനശാലക്കൊഴിവാണ്. അന്നാണ്, വിരലുകളിൽ പുസ്തകമണം ആസ്വദിക്കുന്ന ലൈബ്രേറിയനെ, പരിഭവത്തിലൂടെ, പുകഴ്ത്തുന്ന മകൾ കല്ല്യാണിയുടെ ഊഴം. അടുത്ത ദിവസങ്ങളിൽ, വായനക്കാരെ ഓർമ്മപ്പെടുത്തുന്ന ലൈബ്രേറിയന്റെ ചിത്രങ്ങൾ സഹിതമുള്ള പോസ്റ്റുകാർഡുകളുടെ വരവ് കാത്തിരിക്കുന്ന, വായനാസമൂഹം. അതിനടുത്ത ദിവസങ്ങളിൽ, യുവാക്കൾ, മഹാത്മാ വായനശാലയിൽ പറന്നെത്തുന്നു! വായനക്കാരുടെ വൈവിദ്ധ്യമാർന്ന കമന്റുകൾ, ഒരു ജനാധിപത്യ ജീവിതതാളത്തെ ഓർമ്മിപ്പിക്കുന്നുണ്ട്. അത്, വായനക്കാർക്ക് മാത്രമുള്ള സ്വാതന്ത്ര്യമാണ്!

പ്രണയകഥകൾ, സാരോപദേശകഥകൾ, ചരിത്രഗാഥകൾ, ശാസ്ത്രകഥകൾ, കുറ്റാന്വേഷണകഥകൾ, പൈങ്കിളിനോവലുകൾ, എല്ലാം വായിച്ച്, കമന്റിടുന്നവരെ അവതരിപ്പിക്കാൻ, അനുഭവിപ്പിക്കാൻ, മികച്ച നടീനടന്മാർക്ക് കഴിയും. ലൈബ്രേറിയന്റെയും,

വായനക്കാരുടെയും നവരസങ്ങൾ കവിതയിൽ തുളുമ്പിനിൽക്കുന്നുണ്ട്! പുസ്തകം കെട്ടിപ്പിടിച്ചുറങ്ങുന്നവർ, പേജുകളിലേക്കുള്ള അന്വേഷണത്തിന്റെ സസ്പെൻസ് കൂട്ടാൻ, 'രഹസ്യ'പേജുകളെക്കുറിച്ചുള്ള സൂചന നൽകി, ഒടുവിൽ, വായനക്കാരെ വിഡ്ഢികളാക്കി, പൊട്ടിച്ചിരിക്കുന്നവർ!

കാലം കടന്നുപോയി. ചലനങ്ങളും ദൃശ്യങ്ങളും ശബ്ദങ്ങളും ബിംബങ്ങളും മാറി. ഇന്ന്, വായനശാലയിലെ എ.സി. തണുപ്പിൽ, അലസത, നിഷ്ക്രിയത തളംക്കെട്ടിക്കിടക്കുന്നു. കാറ്റു കടക്കാത്ത ചില്ലലമാരയിലെ, റഫറൻസ് ഗ്രന്ഥാവലി മുഴുവൻ, പാറ്റയും ചിതലും തിന്നുതീർത്തത് കാണുമ്പോൾ, ആധുനികകാലഘട്ടത്തിന്റെ സാക്ഷരതാദുരന്തമാണ് ഓർമ്മപ്പെടുത്തുന്നത്! സന്ദർശകരില്ലാത്ത വായനശാലയുടെ ഈ ഒറ്റ ഏകാന്തദൃശ്യം, പുതിയ കാലത്ത്, വായനശാലകൾ കത്തിക്കുന്ന ഫാസിസ്റ്റുകൾക്ക് ഓശാനപാടുന്നവരെ പുളകംകൊള്ളിക്കുന്ന, 'വൈഡ് ആംഗിൾ' സർറിയലിസ്റ്റിക്ക് പൊളിറ്റിക്കൽ, ദൃശ്യമായി മാറുന്നുണ്ട്! മഹാനിദ്രയിൽ, ഭീകരനിശ്ശബ്ദത ഭരിക്കുന്ന വായനശാലയുടെ ഭ്രമാത്മക ദൃശ്യം, സ്ക്രീനിലെന്നപോലെ കൺമുൻപിൽ തെളിയുന്നു. അവിടെനിന്നുള്ള 'പാനിങ്ങ് & സൂമിങ്ങ്' ഷോട്ട്, പുറത്തേക്ക് നീണ്ട്, അനാഥമാക്കപ്പെട്ട, എപ്പോൾ വേണമെങ്കിലും, നിലം പൊത്താറായ, ഗാന്ധിപ്രതിമയിലെത്തുമ്പോൾ, അത്, സമകാലികതയുടെ നേർക്കാഴ്ചയായി മാറുന്നു!

വീടും, മതസ്ഥാപനങ്ങളും, രാഷ്ട്രീയപ്രസ്ഥാനങ്ങളും, വിദ്യാഭ്യാസസ്ഥാപനങ്ങളും കഴിഞ്ഞാൽ, ലോകപരിജ്ഞാനം ലഭിക്കണമെങ്കിൽ, വായനശാലകൾക്കുള്ള പങ്ക് ആർക്കും നിഷേധിക്കാനാവില്ലല്ലോ. വായനശാലകൾ ഉപേക്ഷിക്കപ്പെട്ട, ഉറങ്ങുന്ന, ഗ്രാമങ്ങൾ എന്നത്, ഫാസിസത്തിന്റെ അജ്ഞതയെ പ്രണയിക്കുന്ന, വരനെ വരവേൽക്കാനായി ഒരുങ്ങിനിൽക്കുന്ന അടിമയായ വധുവിനെപ്പോലെയാണ്!

'സ്വച്ഛഭാരതം' എന്ന പുസ്തകം, വെറും കവിതാസമാഹാരമല്ല... അത്, വരാനിരിക്കുന്ന, പ്രതികരണശേഷി നഷ്ടപ്പെട്ട ഒരു ജനതയുടെ, നിഷ്ക്രിയമായ ജീവിതതാളത്തിന്റെ സാക്ഷ്യപത്രം കൂടിയാണ്! ഇത്രയും, നാടക-സിനിമാസാധ്യതകൾ, വാക്കുകളിൽ ആവാഹിച്ച, സമകാലികപ്രസക്തിയുള്ള ഈ മികച്ച കവിത, രണ്ടു കാലഘട്ടങ്ങളുടെ വൈരുദ്ധ്യങ്ങളുടെ, അറിവിന്റെ-അജ്ഞതയുടെ കഥകൂടി പറയുന്നുണ്ട്!

കനൽ ചവിട്ടി കടന്നുവന്ന കവിതയുടെ ശബ്ദമുഖം

ജയപ്രകാശ് എറവ്

മലയാളകവിതയുടെ ശ്രദ്ധേയമായ കാലഘട്ടമാണ് എഴുപതുകൾ. ചിന്തകൾക്കും പോരാട്ടങ്ങൾക്കും കൂച്ചുവിലങ്ങിട്ട രാഷ്ട്രീയഭീകരതയുടെ കിരാതതാണ്ഡവത്തിന്റെ ഭീതിയുണർത്തിയ നാളുകൾ. ഈ പോരാട്ടവീഥികളിൽ കുതറിമുന്നേറാൻ ശ്രമിക്കുന്ന യൗവനങ്ങൾക്ക് മൂർച്ചയേറിയ ആയുധമേകി കവിത നിലകൊണ്ടു. പീഡനകാലത്തിന്റെ തീവ്രത ഉൾക്കൊണ്ട കവികൾ സൃഷ്ടിച്ചെടുത്ത സമരപാതകളിലൂടെ കലഹിച്ചു മുന്നേറിയ യുവകവികളിൽ അഗ്രിമനായിരുന്നു രാവുണ്ണി. തീപിടിച്ച മനസ്സുകളിൽ പോരാട്ടവീര്യം പകർന്ന രാവുണ്ണിക്കവിതയുടെ പിറവി സമരോത്സുകമായ ആ ദശകത്തിൽ സ്വാഭാവികമായി സംഭവിച്ച ഒന്നാണ്.

1983–ൽ ആദ്യകവിതാസമാഹാരമായ 'പതിനഞ്ച് മുറിവുകളി'ലൂടെ കാവ്യസാഹിത്യാദി രംഗങ്ങളിലെ കുലപതിമാരുടെ കോട്ടകൊത്തളങ്ങളിലേക്ക് അനുവാദം ചോദിക്കാതെ നടന്നുകയറി സ്വന്തമായ ഇരിപ്പിടം കണ്ടെത്തിയവനാണ് രാവുണ്ണി. അനന്യമായ രചനാപാടവം വിരൽത്തുമ്പിൽ നർത്തനം ചെയ്യുന്ന, കാവ്യദേവതയുടെ വരദാനം. ഏതൊരു എഴുത്തുകാരനും മനുഷ്യപക്ഷത്തോട് ഇഴചേർന്ന് നിൽക്കുമ്പോഴാണ് ജനകീയതയുടെ അടയാളമായി മാറുന്നത്. തന്റെ ചുറ്റുപാടുകളോട് മാനുഷികമൂല്യങ്ങളോട് വേർപിരിയാനാവാതെ സമകാലജീവിതത്തിന്റെ പരുക്കൻ

യാഥാർത്ഥ്യങ്ങൾ അനുഭവിച്ചറിയുന്ന എഴുത്തുകാരൻ തന്റെ ബോധവികാസപ്രക്രിയയിൽ നെഞ്ച് കീറി നേരിനെ കാണുന്നുണ്ട്. രാവുണ്ണി എന്ന കവി മറ്റുള്ളവരിൽനിന്ന് വ്യത്യസ്തമാകുന്നത് ഉണർന്ന മനസ്സും സാമൂഹികയാഥാർത്ഥ്യങ്ങളുടെ നേരെ മനോ മുകരം പിടിച്ച് കൈയാളുന്ന ധാർമിക ഇടപെടലുകളുടെ നിതാന്ത ജാഗ്രതയുടെ അടിസ്ഥാനത്തിലാണ്.

രാവുണ്ണിക്കവിതയുടെ പുതിയ വഴിത്തിരിവിന്റെ കാലമാണ് കഴിഞ്ഞ രണ്ടുമൂന്നുവർഷങ്ങൾ. കവിതയുടെ വസന്തത്തിന്റെ പ്രവാഹവർഷം. പുതിയ ഭാവുകത്വത്തിലേക്ക് ചുവടുറപ്പിച്ച കവിതകൾ രാവുണ്ണിയിലൂടെ പുറത്തുവന്നു. ആഖ്യാനരീതിയിൽ പുലർത്തുന്ന അതിജാഗ്രത ശ്രദ്ധേയം. കവിത സംസാരിക്കാൻ തുടങ്ങുന്നു. കഥാപാത്രങ്ങൾ നിരവധി രൂപഭാവാദികളോടെ കളം നിറഞ്ഞാടാൻ തുടങ്ങുന്നു. ഗ്രാമവെളിച്ചത്തിൽനിന്ന്, നാട്ടുഭാഷ യുടെ വഴക്കത്തിൽനിന്ന്, അത് പുത്തൻശോഭ പരത്തി ലോക സഞ്ചാരത്തിന് പുറപ്പെടുന്നു. മൃഗങ്ങൾ പരസ്പരം വൈരം മറന്ന് ഒത്തുചേരുന്നു. പക്ഷികൾ മതിമറന്ന് സംഗീതം പൊഴിക്കുന്നു. ചെറുപ്രാണികൾ, പുൽനാമ്പുകൾ, ജീവന്റെ തുടിപ്പായി നിറഞ്ഞു നിൽക്കുന്നു.'ഭൂമിയുടെ അവകാശികൾ മനുഷ്യർ മാത്രമല്ല, എല്ലാ ജീവജാലങ്ങളും അതിന്റെ അവകാശികൾ' തന്നെയെന്ന് കവി തീർച്ചപ്പെടുത്തുന്നു.

ഇങ്ങനെ കഥാപാത്രങ്ങൾ കവിതയായി മാറുകയും കവിത കഥാപാത്രങ്ങളിലൂടെ ജീവിതത്തെ തുറന്നുകാണിക്കുകയും ചെയ്യുന്നു. കവി-കാലം-കവിത-കഥാപാത്രം ഈ സമന്വയത്തി ലൂടെ കടന്നുവന്ന കാലത്തിന്റെ നിറച്ചാർത്തണിഞ്ഞ ഒരു കവിത യാണ് 'മഹാത്മാ ഗ്രന്ഥശാല, മാറ്റുദേശം.' മറക്കാൻ പറ്റാത്ത യൗവ്വനം എനിക്ക് പകർന്നുതന്ന അറിവിന്റെ അക്ഷരക്കൂടാരമാണ് മഹാത്മാ. മടുപ്പില്ലാത്ത പുസ്തകമണം ഇന്നും അവിടെനിന്ന് ഒഴുകിയെത്തുന്നു. രാപകലുകൾ മറന്നുവെച്ച ഗ്രന്ഥാലയത്തണൽ ഒരു വീട് പോലെ. ഒരു നാടിന്റെ വിപ്ലവകരമായ മുന്നേറ്റത്തിൽ വായനശാലയ്ക്കുള്ള പങ്ക് വളരെ വലുതാണ്. നാട്ടിലെ സർവ്വ കലാശാല എന്നുതന്നെ പറയാം.

'മാറ്റുദേശത്തിന്റെ മാറ്റ്'- അതായിരുന്നു മഹാത്മാ ഗ്രന്ഥശാല. ഇന്ന് ഗ്രന്ഥശാലയ്ക്ക് പത്തരമാറ്റ് തിളക്കം. കവിയിലൂടെ, ജയനി ലൂടെ. മഹാത്മാ ഗ്രന്ഥശാല മാറ്റുദേശം കടന്നുപോയിരിക്കുന്നു. വായനയിൽനിന്ന് വായനയിലേക്ക്, ചർച്ചകളിൽനിന്ന് ചർച്ചകളി ലേക്ക്, ഒരു കവിതയുടെ പിറവിയിൽ ലോകം നോക്കി കാണുന്നു

വിവിധ കോണിലൂടെ. കവിത അനുഭവമാക്കി തരുന്ന കവിയുടെ കൈപ്പുണ്യം തഴുകൽ മാത്രമല്ല, കവിതയിൽ പ്രയോഗിക്കുന്ന സൂക്ഷ്മമായ വാക്കുകൾപോലും ഹൃദയസമ്മാനങ്ങളാണ്.

വാതിൽ തുറക്കുന്ന ശബ്ദം കേട്ടാൽ മതി
പുസ്തകങ്ങൾ ആരവമുതിർക്കും.
....
ഒരോ പുസ്തകവും കൈയിലെടുത്ത്
തലോടും, കുശലം ചോദിക്കും.
ഒന്നാംക്ലാസിലെ കുട്ടികളെപ്പോലാണവർ
കലപില, പരാതി, ബഹളം, പൊട്ടിച്ചിരി.

ഇതൊരു അനുഭവക്കാഴ്ചയിലേക്ക് നമ്മെ കൂട്ടിക്കൊണ്ട് പോവുന്നു. വാക്കുകളുടെ സുതാര്യതയിലൂടെ അക്ഷരങ്ങൾക്ക് ജീവൻ. ഇതുവരെയില്ലാത്ത ഒരുക്കങ്ങളിലൂടെ പുസ്തകങ്ങൾക്ക് ചന്തമേറുന്നു. 'പൂവാടിയിൽ ചിത്രശലഭങ്ങളെന്നപോലെ' യുവാക്കൾ വരുന്നു. ഇങ്ങനെയുള്ള വരവുതന്നെ വായനയുടെ വസന്തകാല ഉണർവ്വിലേക്കുള്ള പ്രയാണംതന്നെയാണ്.

പ്രണയികളും വിരഹികളും വിപ്ലവകാരികളും
രാത്രി മുഴുവൻ പുസ്തകങ്ങൾ
കെട്ടിപ്പിടിച്ച് കിടന്നു.

വായനയുടെ ലഹരി സമ്മാനിക്കുന്ന ഒരു കാലത്തെ ചിത്രീകരിക്കുന്ന കവിയുടെ ഭാവന കവിതയിലെ ഒരോ വരികളിലും ഹൃദ്യമായ അടുപ്പത്തെ കുറിക്കുന്നു. കവിതയിൽ കടന്ന് വ്യക്തിബിംബങ്ങൾ ആ കാലത്തിന്റെ നക്ഷത്രത്തിളക്കങ്ങളാണ്.

ചങ്ങമ്പുഴ, നാരായണഗുരു, ബഷീർ, മാർക്സ്, വിപ്ലവം... ഇങ്ങനെ ആഹ്ലാദകരമായ അവസ്ഥയിലൂടെ കടന്നുപോവുന്ന കവിത പിന്നീട് ഗതിമാറി വരുന്നു. നാല്പതാണ്ടിനുശേഷമുള്ള കാഴ്ചയിൽ വേറൊരു കാലത്തെ മാറ്റി സ്ഥാപിക്കുന്നു. ഇവിടെ കവിത രാഷ്ട്രീയമാനങ്ങളിലൂടെ സാമൂഹികചുറ്റുപാടുകളെ പൊളിച്ചെഴുതുന്ന രീതിയിലേക്ക് കൊണ്ടുവരുന്നു. 'സ്വച്ഛഭാരതം!' പലവട്ടം കൊന്ന് കൊലവിളി തീർത്ത ഗാന്ധിപ്രതിമയുടെ നിശ്ചലതയിൽനിന്ന് കവിത അവസാനിക്കുകയല്ല പുതിയ വായനയിലേക്കുള്ള പ്രയാണം തുടരുകയാണ്.

ദേശങ്ങൾ മണക്കുന്ന ഗ്രന്ഥശാലകൾ

ശ്രുതി വി.എസ്. വൈലത്തൂർ

അരിമ്പൂർ ഗ്രാമപഞ്ചായത്താപ്പീസിലെ ലൈബ്രേറിയൻ പഴയ ലൈബ്രറി മുറികളിലെ ഓർമകളിലേക്ക് ഒരിക്കൽകൂടി വായനക്കാരനെ കൂട്ടിക്കൊണ്ടുപോയി. പുസ്തകങ്ങളും മനുഷ്യനും തമ്മിൽ വലിയൊരു ബന്ധമുണ്ട്. ഗ്രാമീണവായനശാലയിലെ ലൈബ്രേറിയന്റെ വിരൽതുമ്പുകൾക്ക് പുസ്തകമണമാണ്. തീർച്ചയായും എത്ര ഓർമകളുടെ ഗന്ധങ്ങളാണ് പുസ്തകങ്ങൾക്ക്. മുഷിഞ്ഞ മുറിയിലെ അലമാരയിലെ പുസ്തകങ്ങളെ തലോടിയുണർത്തിയ ലൈബ്രേറിയന്മാരെ ഓർത്തുപോകുന്ന കവിതയിൽ വായിച്ചുനിറഞ്ഞതും, വായിച്ചൊഴിഞ്ഞതുമായ ഒരു കൂട്ടം മനുഷ്യരുണ്ട്. ലൈബ്രറി പുസ്തകങ്ങളിലെ ജീവിതങ്ങളോടാണ് ലൈബ്രേറിയൻ സംസാരിക്കുന്നത്.

വായിക്കാൻ തിരക്കുകൂട്ടുന്ന ഒരു ഗ്രാമം ലൈബ്രറിക്കു മുന്നിലെപ്പോഴുമുണ്ടായിരുന്നു. പുസ്തകങ്ങളേയും പൂക്കളേയും തൊട്ടുതഴുകണം എന്നാണല്ലോ... എന്തെങ്കിലും കുത്തിവരയ്ക്കാത്തതോ, എഴുതിച്ചേർക്കാത്തതോ ആയ പുസ്തകങ്ങളെ എന്തിനു കൊള്ളാം! പ്രായവും പക്വതയുമുള്ള ഒരു മനുഷ്യനെ പോലെയാണ് ഒരോ പഴകിയ പുസ്തകവും. പൊടിഞ്ഞു കീറാത്ത, എന്തെങ്കിലും പ്രണയാക്ഷരങ്ങൾ പകുതി കോറിയിടാത്ത പുസ്തകങ്ങൾ ലൈബ്രറി അലമാരകളിൽ ഉണ്ടാകാറില്ല. എടുത്ത പുസ്തകത്താളിൽ എന്തെങ്കിലും അടയാളപ്പെടുത്തി ഇത് പ്രിയപ്പെട്ട ആൾക്ക്

കിട്ടണമെന്ന് ആഗ്രഹിക്കുന്ന മൃദുലമായ പ്രണയത്തിന്റെ ഇരുണ്ട മുറി കൂടിയാണ് ലൈബ്രറികൾ...

പുതിയ ഡിജിറ്റൽ സൗകര്യങ്ങളിൽ വിരൽത്തുമ്പുകളിൽ വരെ പ്രണയമുണ്ട്. പക്ഷേ, അതിലെ സ്വീകാര്യതയും നന്മയും ഡിജിറ്റൽവെളിച്ചത്തിന്റെ തിളക്കത്തിൽ വെൺമ നഷ്ടപ്പെട്ടവയാണോ... ജീവിക്കാനും അതിജീവിക്കാനും സ്വപ്നം കാണാനും പഠിപ്പിച്ചവരുടെ ശ്വാസമാണ് ഓരോ പുസ്തകവും. ഓരോ മനുഷ്യരും എത്രയോ മനുഷ്യരുടെ അവസ്ഥകളെ വായിച്ചു, അനുഭവങ്ങളെ പഠിച്ചു. രമണനും നാരായണഗുരുവും മാർക്സും വായനക്കാർക്ക് പരിചിതമായത് പുസ്തകങ്ങളിലൂടെയാണല്ലോ. ഒന്നുമെഴുതാത്ത കൈപ്പടയേറ്റ് കളങ്കപ്പെടാത്ത പുസ്തകങ്ങൾ ആൾ സഞ്ചാരമില്ലാത്ത വഴികളെപ്പോലെയാണ്. ഓരോ വായനക്കാരനേയും സ്വപ്നം കാണിച്ച, അവനെ തൊട്ടു നനയിച്ച പുസ്തകങ്ങൾക്ക് വംശനാശം സംഭവിക്കുകയും പുതുമണം മായാത്ത, പുറംചട്ട മുഷിയാത്ത പുതിയ പുസ്തകങ്ങൾ ചില്ലലമാരയിൽ നിത്യവസന്തമായി ഇരിക്കുകയും ചെയ്യുമ്പോൾ കൈകൊണ്ടു പോലും അവയെ തൊട്ടുനോക്കേണ്ടാത്ത ഡിജിറ്റൽ സുന്ദരി ആവശ്യപുസ്തകങ്ങൾ കമ്പ്യൂട്ടറിൽനിന്നാണ് തിരയുന്നത്.

രണ്ട് കാലങ്ങളിൽനിന്നും വായനകളിൽനിന്നും, പുസ്തകങ്ങളിൽനിന്നും പടിയിറങ്ങിപ്പോകുന്നതെന്തെല്ലാമാണ്? ലൈബ്രേറിയനും ലൈബ്രറിയും മലയാളകവിതകളിൽ പലപ്പോഴും നമ്മെ അസ്വസ്ഥമാക്കിയിട്ടുണ്ടെങ്കിലും, ഇരുണ്ട മുറിയുടെ അകത്തളം വിട്ട് കൂടുതൽ വിശാലമായ ഡിജിറ്റൽവെളിച്ചത്തിൽ പുസ്തകങ്ങൾ എന്താണ് പുതിയ തലമുറയോട് പറയുന്നതെന്നും പുതുകാലത്തെ വായനയുടെ രാഷ്ട്രീയവും പ്രബുദ്ധതയും പുതിയ സാമൂഹികാവസ്ഥയിൽ പുതിയ വായനക്കാരിലും പ്രതികരണത്തിലും ഏതുതരം ഡിജിറ്റൽ തിരിച്ചറിവാണ് ഉണ്ടാക്കുന്നതെന്നുമുള്ള വ്യാകുലത കവിതയുടെ അവസാനം വായനകൾക്കിടയിൽ കവി ഉയർത്തിക്കാണിക്കുന്നുണ്ട്.

തീർച്ചയായും ഏതു കാലത്തെ പുസ്തകങ്ങൾക്കും ഉണ്ടാകും ഒരുപാട് കഥകൾ പറയാൻ. പാരമ്പര്യങ്ങളെ ഉൾക്കൊണ്ട ഊർജത്തിൽനിന്നേ വാദങ്ങൾ ഉന്നയിക്കാവൂ...

ചരിത്രത്തിന്റെ അപനിർമ്മാണപ്രക്രിയയിൽ കാലത്തിന്റെ പങ്ക്

റെജില ഷെറിൻ

ഇവിടെ കവിതയിൽ 'മാറ്റുദേശം' എന്നത് കവിയുടെ ജന്മനാടാണ്. അവിടുത്തെ അനുഭവങ്ങൾ ജീവിതതാളത്തിനനുസരിച്ച് അതേ തരംഗദൈർഘ്യത്തിൽ കവിയോടൊപ്പം സഞ്ചരിച്ചു എങ്കിലും കാലാന്തരത്തിൽ അവ പഴമയുടെ പ്രാധാന്യം വിളിച്ചുപറയുകയും കവിയുടെ ചിന്തകളിൽ അതിവൈകാരികമായ ചലനങ്ങൾ സൃഷ്ടിക്കുകയും ചെയ്തിരിക്കുന്നുവെന്ന് നമുക്ക് കാണുവാനാകും. ആ നാട്ടിലെ മഹാത്മാ എന്ന ഗ്രന്ഥശാലയുടെ കാഴ്ചകളിലൂടെ തന്റെ നാടിനെയും രാജ്യത്തെത്തന്നെയും നോക്കിക്കാണുകയാണ് കവിമനസ്സ്. ആ നോട്ടമാകട്ടെ, ആന്തരികതലത്തിൽ കണ്ണെത്തും ദൂരത്തോളമുള്ള പ്രപഞ്ചത്തിന്റെ അതിർവരമ്പുകൾ വരേയും ഈ കവിതയിലൂടെ കവിയെ കൊണ്ടെത്തിച്ചിരിക്കുന്നു.

രണ്ട് ഭാഗങ്ങളായി രണ്ട് കാലഘട്ടങ്ങളിലൂടെയാണ് കവിത സഞ്ചരിക്കുന്നത്. ആദ്യഭാഗത്തിൽ ഓർമ്മകളിലൂടെയാണ് വരികൾ നീങ്ങുന്നതെങ്കിലും ആ കാലത്തിലേക്ക് ഇറങ്ങിച്ചെന്ന് അവിടെനിന്നുകൊണ്ടാണ് കവിത നമ്മോട് സംവദിക്കുന്നത് എന്നതിനാൽ നേരിട്ടുള്ള സാക്ഷികളെപ്പോലെ വായനക്കാരൻ നിൽക്കുന്നു. അവിടെനിന്നും മറ്റൊരു കാലഘട്ടത്തിലേക്ക് 'നാൽപ്പതാണ്ടുകൾക്കുശേഷം' എന്ന ഒരൊറ്റ വാക്കിനാൽ തികച്ചും അനായാസമായി കവിത ഒഴുകിയെത്തുന്നു. ഒപ്പം, വായനക്കാരന്റെ മനസ്സും. കവിതയുടെ ക്രാഫ്റ്റിലെ ഈ ചാരുത രാവുണ്ണിക്കവിതകൾക്ക് എന്നും സ്വന്തം.

വർത്തമാനകാലഘട്ടത്തിൽ ഒരു ഗ്രന്ഥശാല മാത്രമായിരുന്ന ഒന്ന്, ചരിത്രത്തിന്റെ ഭാഗമായിത്തീരുകയും പിന്നീട് കാലം അതിനെ അപനിർമ്മിക്കുകയും ചെയ്യുമ്പോൾ ആഴത്തിലുള്ള നഷ്ടബോധത്തിന്റെ വേട്ടയാടൽ കവിയുടെ അന്തരംഗത്തെ തൊട്ടുണർത്തി നോവുണർത്തി അമർഷത്തോടെ കവിതയിൽ പറയിപ്പിക്കുന്നു 'സ്വച്ഛഭാരതം'എന്ന്.

അധികാരവർഗ്ഗത്തിന്റെ ആമപ്പൂട്ടുകളിൽ ഞെരിഞ്ഞമർന്ന ഗദ്ഗദങ്ങൾ കാലത്തിന്റെ രാസപ്രക്രിയ ആണെന്നും അതൊരു ഗ്രന്ഥശാലയ്ക്ക് മാത്രം ബാധകമല്ലാത്തതാണെന്നും ധ്വനിപ്പിക്കുന്ന വരികൾ കവിതയുടെ കാണാപ്പുറങ്ങളിലേക്കുള്ള ഒരു കണക്ടിവിറ്റിയും വായനക്കാരന് നൽകുന്നുണ്ട്.

തികഞ്ഞ രാഷ്ട്രീയബോധത്താൽ സമൂഹത്തോട് പലതും ഉറക്കെ പറയുമ്പോഴും കാലം സമ്മാനിക്കുന്ന നിസ്സഹായത തന്നിലേക്ക് ചുരുക്കി ഒരു വരൾച്ചയാക്കാതെ അത് അനന്തതയോളം വളർന്നുനിൽക്കുന്നതും കാലത്തിൽതന്നെ ലയിച്ചിരിച്ചിരിക്കുന്ന ഒന്നാണെന്നും കവിതയുടെ അവസാനഭാഗത്തിൽ പറയുകയും ഏതൊരു പ്രവർത്തനത്തിന്റേയും പ്രതിപ്രവർത്തനം നടക്കുക തന്നെ ചെയ്യും എന്ന പ്രത്യാശയിലേക്ക് കവി നമ്മെ കൊണ്ടെത്തിക്കുകയും ചെയ്യുന്നു.

റിയലിസവും പ്രതീകാത്മകതയും ഒരുപോലെ ഇഴചേർന്ന് വായനയിൽ ഒന്നിലധികം അനുഭൂതികളെ ഒരേസമയം സൃഷ്ടിക്കുന്ന ഒരു കവിതയാണിതെന്നാണ് വായനാനന്തരലഹരിയിലൂടെ എന്റെ ചിന്താധാരകൾ പറയുന്നത്.

ഇവിടെ കവിയും കവിയുടെ മാറ്റുദേശവും ഓർമകളോടും പഴമയോടും എന്നും കൂറുപുലർത്തുന്നു. കവിതയുടെ അകത്തളങ്ങളിലൂടെയുള്ള യാത്രയ്ക്ക് ഈ തിരിച്ചറിവ് നമ്മെ സഹായിക്കുന്നു. കാലങ്ങൾ മൂന്നുണ്ടെന്ന് പറയപ്പെടുന്നുവെങ്കിലും വർത്തമാനകാലത്തിൽ നിന്നുകൊണ്ടല്ലാതെ മറ്റ് കാലങ്ങളെ അടയാളപ്പെടുത്താനാകുന്നില്ല എന്നതിലൂടെ നമ്മൾ ചരിത്രം നിർമ്മിക്കുന്നു എന്നും, കാലം അതിന്റെ അപനിർമ്മാണം ഏറ്റെടുക്കുന്നു എന്നും ഈ കവിതയിലൂടെ കവി നമ്മോട് വിളിച്ചുപറയുന്നു.

രാവുണ്ണിക്കവിതകളുടെ മസ്തകമായി നിൽക്കുന്ന ഒരു കവിത എന്നുതന്നെ വേണം 'മഹാത്മാ ഗ്രന്ഥശാല, മാറ്റുദേശ'ത്തെ വായനയിലൂടെ രേഖപ്പെടുത്തേണ്ടതെന്ന് ഞാൻ കരുതുന്നു.

വേറിട്ടൊരു സാംസ്കാരികചരിത്രം

ദർശന കെ.ആർ.

'മഹാത്മാ ഗ്രന്ഥശാല, മാറ്റുദേശം' മാറ്റുദേശത്തിന്റെ കൃതി എന്നതിലുപരിയായി വായനയിലേക്കുള്ള ലളിതമായ നാടൻഭാഷയുടെ കടന്നുവരവിനെ അടയാളപ്പെടുത്തുന്നു. ഒരു ഗ്രന്ഥശാലാ പ്രവർത്തകനെ വരച്ചിടുന്നതിലൂടെ മാധ്യമശ്രദ്ധയും ആസ്വാദകശ്രദ്ധയും നേടിയ ഒരുപാട് ചർച്ചകൾക്ക് വിധേയമായ കൃതിയാണ് ഇത്. പുസ്തകങ്ങളെ സ്നേഹിക്കുന്ന ഏതൊരാൾക്കും ഇഷ്ടമാകുന്ന കവിത. യഥാർത്ഥമായി ചിത്രീകരിക്കപ്പെടുമ്പോൾ, ജീവിതത്തോട് ചേർന്നുനിൽക്കുമ്പോൾ കൃതികൾ കൂടുതൽ ശ്രദ്ധേയമാകും/സ്വീകരിക്കപ്പെടും എന്നതിന് തെളിവാണ് ഈ കവിത.

വായനക്കാരനെ എൺപതുകളിലെ വായനാവസന്തകാലത്തേക്ക് കൂട്ടിക്കൊണ്ടുപോവുകയും അന്നത്തെ സർഗ്ഗസമ്പന്നതയെ, ധ്വന്യാത്മകമായ വായനയെ, എഴുത്തിനെ പുതുതലമുറയ്ക്ക് അനുഭവവേദ്യമാക്കി, ലക്ഷ്യബോധമില്ലാത്ത പുതുവായനകളുടെ നിരർത്ഥകതയിലേക്ക് തിരിച്ചെത്തിക്കുമ്പോൾ എന്താണ് വായനയെന്നും എന്താണ് വായിക്കപ്പെടേണ്ടതെന്നും എന്തിനാണ് വായിക്കുന്നതെന്നും വ്യക്തമായ ഒരു അവബോധം നമ്മുടെ മനസ്സിൽ സൃഷ്ടിക്കപ്പെടുന്നുണ്ട്. ഉപരിപ്ലവമായി മാത്രം വായിക്കപ്പെടുമ്പോഴും ഒരൊറ്റ തിരച്ചിലിൽ വിരൽത്തുമ്പിൽ വിവരങ്ങൾ

ലഭ്യമാകുമ്പോഴും ജീവിതത്തിന്റെ തിരക്കുകൾക്കിടയിൽ എളുപ്പ വഴികൾ തേടുമ്പോഴും റഫറൻസിന് സ്ഥാനമില്ലാതാകുന്നുണ്ട് പലപ്പോഴും.

വായിക്കാനായിമാത്രം വായിക്കപ്പെടുന്ന ചില കവിതകളുണ്ട്. കോളിളക്കം സൃഷ്ടിച്ച വാർത്ത കാണുന്നതുപോലെയോ കേൾക്കുന്നതുപോലെയോ അവ ഒരു നടുക്കമോ വേദനയോ അവശേഷിപ്പിച്ച് കടന്നുപോകുക മാത്രമേയുള്ളൂ. അത്തരം കവിതകളിൽനിന്നും വിഭിന്നമായി ഈ കവിതയ്ക്ക് ലഭിച്ച സ്വീകാര്യത കവിയുടെ കൈയടക്കവും ഉപയോഗിച്ച ലളിതമായ പദപ്രയോഗങ്ങളുമാണ്. ശ്രദ്ധേയമായ മറ്റൊരുകാര്യം കവിതയിൽ പറയുന്ന ഗ്രന്ഥശാലകളിലെ ഭീകരനിശ്ശബ്ദതയാണ്. ആ നിശ്ശബ്ദത ആസ്വാദകന്റെ മനസ്സിലേക്കും ചേക്കേറിയിരിക്കുന്നു എന്ന് പല കൃതികളുടെയും ശുഷ്കിച്ച പ്രതികരണങ്ങൾ/പ്രതികരണമില്ലായ്മകൾ തെളിയിക്കുന്നു.

അതുപോലെത്തന്നെ ശ്രദ്ധേയമാണ് ഒറ്റ വാക്കിലൂടെ അല്ലെങ്കിൽ ഒരു വാചകത്തിലൂടെ ഒരുപാട് അർത്ഥതലങ്ങൾ സൃഷ്ടിക്കപ്പെടുക എന്നത്. അത് കവിയുടെ ഒരു രചനാതന്ത്രമാണ്. ആ തന്ത്രം ഈ കവിതയിൽ വളരെ ഫലവത്തായി സന്നിവേശിപ്പിച്ചിരിക്കുന്നതായി കാണാം. 'സ്വച്ഛഭാരതം' എന്ന ഒറ്റവാക്കിലൂടെ വായനക്കാരൻ തൊട്ടഴുക്കാക്കാത്ത പുസ്തകങ്ങളുടെ വൃത്തിയിലൂടെ മരിച്ചുപോകുന്ന വായനയെ അടയാളപ്പെടുത്തുന്നതോടൊപ്പം നഷ്ടമാകുന്ന വാക്കുകളെയും വിലക്കുകൾ സൃഷ്ടിക്കുന്ന ഭരണകൂടത്തെയും വാചാലമാകുന്ന മൗനങ്ങളെയും അടയാളപ്പെടുത്തുന്നുണ്ട് കവി.

വാക്കുകളുടെ നഷ്ടം ഭാഷയുടെ നഷ്ടമാണ്. ഭാഷയുടെ നഷ്ടം സംസ്കാരത്തിന്റെ നഷ്ടമാണ്. ആ നഷ്ടങ്ങൾ രേഖപ്പെടുത്തേണ്ടത് കവിയുടെ ഉത്തരവാദിത്തമാണ്. പ്രത്യേകിച്ചും വാക്കുകൾപോലും തടവിലാക്കപ്പെടുന്ന ഇക്കാലത്ത്. ഭാഷയ്ക്ക് അതിരുകൾ സൃഷ്ടിച്ച് മനുഷ്യരെ വേർതിരിക്കുന്ന ഈ വർത്തമാനകാലഘട്ടത്തിൽ ഭാഷയിലൂടെ പ്രതിരോധം തീർക്കുകയാണ് കവിയെന്നത് ശ്രദ്ധേയമായ കാര്യമാണ്. അതുതന്നെയാണ് കവിയുടെ കർത്തവ്യവും.

ജനകീയമാകുന്ന കവിത

സജന സന്തോഷ്

രണ്ട് കാലങ്ങളുടെ കഥ പറയുന്ന കവിതയാണ് 'മഹാത്മാ ഗ്രന്ഥശാല, മാറ്റുദേശം.' നാല്പതാണ്ടുകൾക്കുമുൻപ് ഒരു ഗ്രന്ഥശാല യുവജനങ്ങളുടെ ജീവിതത്തിന്റെ ഭാഗമായിരുന്നുവെങ്കിൽ അതിനുപിന്നിൽ അക്ഷരങ്ങളെ പ്രണയിക്കുന്ന ഒരു വ്യക്തിയുടെ കഠിനശ്രമമുണ്ടെന്ന് മനസ്സിലാക്കാം. ഒരു സമൂഹത്തിന്റെ, ജനതയുടെ ജീവവായുവായിരുന്ന പുസ്തകങ്ങൾ. പ്രണയവും വിപ്ലവവും പൂത്തുലഞ്ഞ കാലം. അക്ഷരപ്പന്തങ്ങൾ ഏറ്റുവാങ്ങാൻ വന്ന യുവാക്കളെ പുസ്തകങ്ങൾ ലോകസഞ്ചാരം ചെയ്യിക്കുന്ന കാഴ്ച. വ്യത്യസ്തമായ വായനയൊരുക്കിയ, ഒരു കാലത്തിൽ നിന്ന്, നാല്പതാണ്ടുകൾക്കിപ്പുറം അതേ ഗ്രന്ഥശാലയിൽ വന്നെത്തി നിൽക്കുമ്പോൾ ഗ്രന്ഥശാലയിലെ ഭീകരനിശ്ശബ്ദത കവിയെ വല്ലാതെ വേദനിപ്പിക്കുന്നു.

ലൈബ്രേറിയന്റെ, കൈയിളകുന്ന മരക്കസേരയിൽ ഇരിക്കാൻ നേരമില്ലാതെ, ഏകാധ്യാപകവിദ്യാലയത്തിലെ സ്നേഹച്ചൂരലേന്തിയ അധ്യാപകനെപ്പോലെ പുസ്തകങ്ങൾക്കിടയിലൂടെ നടക്കുന്ന പാർട്ടൈം ലൈബ്രേറിയനിൽനിന്ന്, ഡിജിറ്റൽവൽക്കരിക്കപ്പെട്ട ലൈബ്രറിയിൽ കോട്ടുവായിട്ട് കമ്പ്യൂട്ടറിൽ ഊളിയിടുന്ന ഫുൾടൈം ലൈബ്രേറിയനിലേക്ക് കവിയുടെ നോട്ടം ചെന്നെത്തിനിൽക്കുന്നു.

അക്ഷരങ്ങൾക്ക് വിലക്ക് കല്പിക്കുന്ന, ജാതിക്കോമരങ്ങൾ ഉറഞ്ഞാടി അതിരു സൃഷ്ടിക്കുന്ന കാലം. പ്രതികരണശേഷി നഷ്ടപ്പെട്ട ഒരു ജനതയെ നോക്കി 'സ്വച്ഛഭാരത'ത്തിൽ മുഷിഞ്ഞു നാറിയ വസ്ത്രവുമായി വിളറിയ ചിരിചിരിക്കുന്ന രാഷ്ട്രപിതാവ്. കവിത എങ്ങനെ കാലത്തെ, രാഷ്ട്രത്തെ, വായനയെ അടയാളപ്പെടുത്തുന്നുവെന്ന് 'സ്വച്ഛഭാരതം' എന്ന ഒരൊറ്റ പദം സൂചിപ്പിക്കുന്നു.

പുസ്തകം ഓർമിക്കുന്ന കാലങ്ങൾ, വായനാകാലത്തെ ഓർമിക്കുന്ന കവിത

സിമിത ലിനീഷ്

ദേശകാലചരിത്രങ്ങൾ ഓരോ മനുഷ്യന്റെയും ആവേശഭരിതമായ ഓർമകളാണ്. ഈ ഓർമകളിൽ വായന ഇഷ്ടപ്പെടുന്ന ഓരോ മലയാളിയും ലൈബ്രറിയോടൊപ്പം നാടിനെ ചേർത്തുവെയ്ക്കും. വായനയുടെ മധുരത്തോടൊപ്പം നാടിന്റെ ഓർമകളോടൊപ്പം മധുരതരമായ ബാല്യകൗമാരങ്ങൾ കടന്നുപോയത് ഓരോരുത്തരും ഓർമിക്കുന്നത് അനുഭവങ്ങളുടെ ഇത്തരം കുത്തൊഴുക്കുകളിലൂടെയാണ്. 'മഹാത്മാ ഗ്രന്ഥശാലാ, മാറ്റുദേശം' എന്ന കവിത വായനയുടെ വസന്തകാലത്തെ ഓർമിപ്പിക്കുന്നതിനോടൊപ്പം ഒരു നാടിന്റെ മാറ്റത്തെക്കൂടി കാണിച്ചുതരുന്നു.

ഈ കവിത പഴകിപ്പോയ ഒരു ഗ്രന്ഥശാലയുടെ ഓർമ മാത്രമല്ല. പുസ്തകങ്ങളെമാത്രം സ്നേഹിച്ച പുസ്തകമണമുള്ള ഒരു മനുഷ്യന്റെ ജീവിതം കൂടിയാണ്. മാറ്റം മാറ്റം എന്ന് ആർത്തുവിളിച്ച് ഡിജിറ്റൽ ലോകത്തേക്ക് കാലെടുത്തുവെച്ച നാം മറന്നുപോയ മനുഷ്യരിൽ ഒരാളാണ് അവണൂർ ജയപ്രകാശ് എന്ന മനുഷ്യൻ. അയാളെ കാണുമ്പോഴാണ് പുസ്തകങ്ങൾ ഒച്ചയുണ്ടാക്കുന്നത്. പുസ്തകങ്ങളിലൂടെയാണ് അയാൾ ഈ ലോകത്തെയറിഞ്ഞത്. അയാളുടെ വിരലുകൾക്ക് പുസ്തകമണമാണെന്ന് മകൾ പരാതി പറയുന്നുണ്ട്. പുസ്തകങ്ങളോട് മിണ്ടാനും അവരുടെ മണം ഏറ്റുവാങ്ങുവാനും കഴിയുന്ന മനുഷ്യർ ഇന്ന് അവസാനിച്ചുകൊണ്ടിരിക്കുമ്പോഴാണ് കവി മാറ്റുദേശം ഗ്രന്ഥശാലയിലേക്ക് നമ്മെ കൂട്ടിക്കൊണ്ട് പോകുന്നത്.

ജയപ്രകാശ് എന്ന മനുഷ്യനെ കടന്ന് നമ്മൾ എത്തുന്നത് വായനശാല പുസ്തകങ്ങളിൽ ഒരു കാലത്തെ തമാശകളും

പ്രണയവും വിരഹവും രോഷവും പകർത്തിവെച്ച ഒട്ടനവധി മനുഷ്യരിലേക്കാണ്. ഇവിടെ കവി ഒട്ടനവധി മനുഷ്യരായി പുസ്തകങ്ങളുടെ പേജിൽ വാക്കുകൾ നീട്ടിവരക്കുന്നു. പുസ്തകമെന്ന ലോകം മനുഷ്യന്റെ ചിന്താപരിസരങ്ങളെ ഉദ്ദീപിപ്പിച്ചിരുന്ന പഴയ കാലത്ത് ആശയങ്ങൾ കോറിവരച്ചിട്ടിരുന്ന പുസ്തകങ്ങൾ ഒരുതരം ആശയസംവേദകരായിരുന്നു. എഴുത്തുകാരന്റെ എഴുത്തിനുമപ്പുറത്തേക്ക് പലതരം ആശയങ്ങൾ വരച്ചിട്ട് ആ പുസ്തകങ്ങൾ ദേശകാലങ്ങളെ കടന്ന് നമ്മിൽ ഒരു കവിതയിലൂടെ മുന്നിൽ നിൽക്കുമ്പോൾ പഴയ കാലത്തിന്റെ വക്താവാകുന്നതോടൊപ്പം പുതിയ കാലത്തിന്റെ പുത്തൻകവി കൂടിയാകുന്നു രാവുണ്ണി.

വായനാവാരം കൊണ്ടാടുന്ന നമ്മോട് കവിക്ക് പറയാൻ ഇതിൽപരം മറ്റൊന്നുമില്ല. വായനയുടെ ഇന്നത്തെ അവസ്ഥ ഇതുതന്നെയാണ്. അക്കാദമികവായനകൾക്കപ്പുറം വായനതന്നെ ജീവിതമാക്കിയ ഒരു കാലം നാം മറന്നുപോയെന്ന് ഈ തുന്നൽ പൊട്ടാത്ത, പുതുമണം മാറാത്ത കവിതാഗ്രന്ഥം നമ്മെ ഓർമപ്പെടുത്തുന്നു.

'മഹാത്മാ ഗ്രന്ഥശാല, മാറ്റുദേശം' എന്ന കവിത കവി രാവുണ്ണി അവതരിപ്പിക്കുമ്പോൾ ഒരു ദേശം, ഒരു കാലം, കാലത്തെ ഭംഗിയായി അടുക്കിവെച്ച ഒരു ഗ്രന്ഥശാല, ഒരു നാടിന്റെ ഹൃദയം പകുത്ത ആ ഗ്രന്ഥശാലയിലെ ലൈബ്രേറിയൻ എന്നിവർ കടന്നുവരുമ്പോൾ അതൊരു നാടിന്റെ ഓർമ പുതുക്കലാവുന്നു. കവി സ്വന്തം നാടിനെ പകർത്താൻ ശ്രമിക്കുന്ന ഒരു ചരിത്രകാരനായി കവിതയിൽ വിലസുന്നു. സ്വന്തമുള്ളിലെ വേവ് ലൈബ്രേറിയനും പുസ്തകങ്ങൾക്കും പകർത്തിവെച്ച് കവി ഒന്നുമറിയാത്തവനെപ്പോലെ മണം മാറാത്ത പുസ്തകങ്ങളുടെ ആവലാതി മറച്ചുപിടിക്കുന്നു. വാട്സ് ആപ്പ് ചാറ്റിലേക്ക് മുഖം പൂഴ്ത്തിയ പുതിയ തലമുറയോട് ഒരു പുസ്തകകാലത്തിൽ ലോകം കണ്ട കുറച്ച് മനുഷ്യരെ കുറിച്ച് കവി വാചാലനാകുന്നു. കവിത കാലത്തെ അതിജീവിക്കുന്ന വലിയൊരു ഓർമയാകുന്നു.

വ്യാപ്തികൾ

കഥാകൃത്തുക്കളുടെ വായനകൾ

രാവുണ്ണിക്ക്, നന്ദി
വൈശാഖൻ

ഗ്രന്ഥശാലകൾക്കും വായനക്കും വന്ന പരിണാമങ്ങൾ സൗന്ദ ര്യാത്മകമായും സൂക്ഷ്മമമായും ഉള്ളിൽത്തട്ടുംവിധം ആവിഷ്ക്ക രിച്ചിരിക്കുന്ന കവിതയാണ് രാവുണ്ണിയുടെ 'മഹാത്മാ ഗ്രന്ഥശാല, മാറ്റുദേശം.' പുസ്തകങ്ങളെ എല്ലാറ്റിലുമുപരി പ്രാണനെപ്പോലെ സ്നേഹിച്ച അവണൂർ ജയപ്രകാശ് എന്ന കവിയും ചിത്രകാരനു മായ ലൈബ്രേറിയനിൽ തുടങ്ങി മഹാത്മാവ് വിളറിയ ചിരിചിരിച്ച് നിൽക്കുമ്പോൾ, പുസ്തകങ്ങൾ പാറ്റയും ചിതലും വായിച്ചു തീർക്കുന്ന അവസ്ഥ.

എ.സി. മുറിയിൽ ചക്രക്കസേരയിൽ ഇരിക്കുന്ന സുസ്മിതാ ഹരൻ എന്ന ഫുൾടൈം ലൈബ്രേറിയനിലേക്ക് ഗ്രന്ഥശാല വികസിച്ചിരിക്കുന്നു. പുസ്തകങ്ങൾ നെടുമോഹനിദ്രയിൽ കഴി യുന്നു. വായനക്കാരുടെ അഭിപ്രായപ്രകടനം ഇപ്പോഴില്ല. ഒരു പേജിലും അവരുടെ മഷിയുടെ അഴുക്കും പുരണ്ടിട്ടില്ല. ഇതാണ് 'സ്വച്ഛഭാരത'ത്തിന്റെ അവസ്ഥ.

വായിച്ചുതീരുമ്പോൾ നെഞ്ചിൽ ഒരു വിങ്ങൽ അനുഭവപ്പെടു ത്തുന്ന കവിത. എഴുതിയ രാവുണ്ണിക്ക്, നന്ദി.

കഥയുടെ കരുത്തുറ്റ കവിത

അശോകൻ ചരുവിൽ

ലൈബ്രറിയെക്കുറിച്ചും ലൈബ്രറിയന്മാരെക്കുറിച്ചും ധാരാളം കഥകളുണ്ട്. വാമൊഴിയായിട്ടും വരമൊഴിയായിട്ടും. വരമൊഴിക്കഥകളിൽ സക്കറിയയുടെ 'യേശുപുരം പബ്ലിക്ക് ലൈബ്രറിയെപ്പറ്റി ഒരു പരാതി' തന്നെയാണ് മുമ്പൻ. കവികൾ പുസ്തകമെടുക്കാനും വെക്കാനുമല്ലാതെ തങ്ങളുടെ രചനാ വിഷയമായി ലൈബ്രറിയെ അങ്ങനെ പരിഗണിച്ചിട്ടില്ല. പക്ഷേ, ഏറ്റവും മികച്ച ലൈബ്രറിക്കവിത ഇതാ പുറത്തു വന്നിരിക്കുന്നു: 'മഹാത്മാ ഗ്രന്ഥശാല, മാറ്റുദേശം.'

കഥ കലരുമ്പോഴാണ് കവിത ജോറാകുന്നതെന്ന് എനിക്ക് പലപ്പോഴും തോന്നിയിട്ടുണ്ട്. രാവുണ്ണി പണ്ട് കഥകൾ എഴുതിയിരുന്നു. സി.ആർ. അരിമ്പൂർ എന്ന പേരിൽ എക്സ്പ്രസ് പത്രത്തിന്റെ സാഹിത്യപേജിൽ വായിച്ചത് ഓർമ്മയുണ്ട്. തന്റെ കഥയെ കവിതയിലേക്ക് സമർത്ഥമായി വിന്യസിച്ചു എന്നതാണ് ഏറ്റവും പ്രിയപ്പെട്ട ഈ സുഹൃത്തിന്റെ മിടുക്ക്. അദ്ദേഹം കവിതയിൽ ഉപയോഗിക്കുന്ന വസ്തുക്കളും വസ്തുതകളും വാക്കുകളും ദൃശ്യങ്ങളും വിവരണങ്ങളും കഥയുടെ കരുത്താണ് പ്രദർശിപ്പിക്കുന്നത്. ഈ കവിത അതിന്റെ മികച്ച ഉദാഹരണമാണ്.

'മഹാത്മാ ഗ്രന്ഥശാല, മാറ്റുദേശം' മലയാളിയെ ലൈബ്രറിയെ ഉപജീവിച്ചുള്ള വായനക്കാലത്തേക്കു കൂട്ടിക്കൊണ്ടു പോകുന്നു. ഞാൻ വീണ്ടും കാട്ടൂരങ്ങാടിയിലെ സൊസൈറ്റിക്കെട്ടിടത്തിനു മുകളിലെ മരപ്പലകകൾ വെച്ചടിച്ചുണ്ടാക്കിയ ഗ്രാമീണ വായന ശാലയിലേക്കു കയറുകയാണ്. അവിടെയും ഒരു ജയൻ അവണൂർ വായനക്കാരെക്കാത്ത് അസ്വസ്ഥനായി ഇരിക്കുന്നുണ്ട്. കാല ചക്രം തിരിയുന്നു.

'നിശ്ശബ്ദത' എന്ന വാക്ക് വായനശാലാഹാളിനു പരിചയമുള്ള താണല്ലോ. അവിടെ ഇപ്പോഴുള്ളത് 'ഭീകരനിശ്ശബ്ദത'യാണ്. ഒരുവക നിശ്ശൂന്യനിശ്ശബ്ദത!

ഏഴിലംപാല പൂത്ത താളുകൾ

കെ.വി.മോഹൻകുമാർ

രാവുണ്ണിയുടെ 'മഹാത്മാ ഗ്രന്ഥശാല, മാറ്റുദേശം' എന്ന കവിത കേവലം ചമൽക്കാരമല്ല. ആശയങ്ങളുടേയും ധ്വനികളുടേയും സമ്മേളനമാണ്. കുമാരനാശാന്റെ കവിത നമ്മെ സ്വപ്നത്തിന്റേയും യാഥാർത്ഥ്യത്തിന്റേയും ലോകത്തിലൂടെ കൊണ്ടുപോകും. എന്നാൽ, ഇന്ന് വിഭ്രാന്തികളുടെ ലോകത്താണ് നാം ജീവിക്കുന്നത്. നമ്മുടെ നിഴൽപോലും നമ്മെ സംഭീതരാക്കുന്ന കാലത്തിന്റെ കവിതയാണ് 'മഹാത്മാ ഗ്രന്ഥശാല, മാറ്റുദേശം.'

40 വർഷംമുമ്പ് അവണൂർ ജയപ്രകാശ് എന്ന കവിയും ചിത്രകാരനുമായ പാർട്ടൈം ലൈബ്രേറിയൻ ആവേശമായി നടത്തിപ്പോന്നിരുന്ന അരിമ്പൂർ ഗ്രാമപഞ്ചായത്തിന് സമീപമുള്ള ഗ്രന്ഥശാലയിലേക്ക് കവി 40 വർഷങ്ങൾക്കുശേഷം കടന്നുചെല്ലുമ്പോൾ കാണുന്ന കാഴ്ചയാണ്. രാവുണ്ണിയുടെ അനുഭവങ്ങൾ അദ്ദേഹത്തിന്റെ തലമുറയിൽ ഉൾപ്പെട്ട എന്നെപ്പോലുള്ളവർക്ക് നേർസാക്ഷ്യങ്ങളാണ്. ഞാൻ എന്റെ നാട്ടിലെ ഏതാണ്ട് 70 വർഷം പഴക്കമുള്ള രാമകൃഷ്ണ വായനശാലയിൽ പുസ്തകം എടുക്കാൻ പോകുമ്പോൾ അവിടെ ഉണ്ടായിരുന്ന അതേ അനുഭവങ്ങളാണ് മഹാത്മാ ഗ്രന്ഥശാലയിലെ 40 വർഷം മുമ്പുള്ള കാഴ്ചകളായി രാവുണ്ണി കുറിച്ചിട്ടിരിക്കുന്നത്. അന്നൊക്കെ ഞാൻ വായിച്ച പുസ്തകങ്ങളിലും ഇതുപോലുള്ള എഴുത്തുകൾ കണ്ടിരുന്നു. 10-ാം പേജ് നോക്കുക, 20-ാംപേജ് നോക്കുക ഒടുവിൽ ഹേ! പമ്പര വിഡ്ഢി എന്ന് നമ്മെ ആക്ഷേപിക്കുന്ന മട്ടിൽ ചില കുസൃതികൾ, വികൃതികൾ. അതുപോലെ പുസ്തകത്തിലെ താളുകളിലെ

വായനക്കാരുടെ കമന്റുകൾ. അന്ന് ഇന്നത്തെപ്പോലെ എഴുത്തുകാരനും വായനക്കാരനുമായിട്ടുള്ള സംവാദം എളുപ്പമായിരുന്നില്ല. അപ്പോൾ വായനക്കാരൻ എഴുത്തുകാരനുമായി സംവദിച്ചിരുന്നത് പുസ്തകത്തിലൂടെ ആയിരുന്നു. എഴുത്തുകാരൻ അച്ചടിച്ചുവന്ന പുസ്തകത്തിലൂടെ സംവദിക്കുമ്പോൾ വായനക്കാരൻ സ്വന്തം കൈപ്പടയിലെഴുതിയ കമന്റുകളിലൂടെ എഴുത്തുകാരനെ കാണാതെതന്നെ സംവദിക്കുന്നു.

രാവുണ്ണിയുടെ കവിതയിലെ ജയനെപ്പോലെ ഒരുപാട് ലൈബ്രേറിയന്മാരെ, പുസ്തകങ്ങളെ സ്നേഹിച്ചിരുന്ന, പുസ്തകങ്ങളുമായി സംഭാഷണം നടത്തിയിരുന്ന കലഹിച്ചിരുന്ന ഒരുപാട് പാർട്ട്ടൈം ലൈബ്രേറിയന്മാർ അന്നെല്ലാം ഉണ്ടായിരുന്നു. ആശാൻ എന്ന ഒരു ലൈബ്രേറിയൻ എന്റെ മനസ്സിൽ ഇന്നും ഒരു നിറക്കാഴ്ചയായി നിൽക്കുന്നുണ്ട്. ഒരു കാലിൽ അൽപ്പം മന്തുമായി ഒരു ജുബ്ബയിട്ട് ഖാദിമുണ്ടുമുടുത്ത് വായനശാലയിലേക്ക് കടന്നുവരുന്ന ആശാൻ ഇപ്പോഴും കൺമുന്നിലുണ്ട്. അത്തരത്തിൽ അർപ്പണബോധത്തോടെ പ്രവർത്തിച്ചിരുന്ന ഗ്രന്ഥശാലാപ്രവർത്തകരുള്ള ഒരു കാലം പണ്ട് നമുക്ക് കാണാൻ കഴിയും. വായിച്ച് വായിച്ച് മുഷിഞ്ഞ പുസ്തകങ്ങളേയും അന്നെല്ലാം കാണാമായിരുന്നു.

എന്റെ കുട്ടിക്കാലത്ത് പുസ്തകങ്ങൾ എടുക്കുമ്പോൾ തകഴിയുടേയും പി.കേശവദേവിന്റേയും വേളൂർ കൃഷ്ണൻകുട്ടിയുടേയും പുസ്തകങ്ങൾ എടുക്കുമ്പോൾ അതിനകത്തെല്ലാം നിറയെ ചകിരിനാരുകൾ ആയിരുന്നു. കാരണം, ഞങ്ങളുടെ നാട്ടിലെ സ്ത്രീകളുടെ പ്രധാന കൈത്തൊഴിൽ ചകിരിപിരിക്കൽ ആയിരുന്നു. മെഷീൻ വന്നിട്ടില്ലാത്ത കാലം. നിലത്തിരുന്ന് കൈകൊണ്ട് ചകിരിപിരിക്കുമ്പോൾ ഒരു കാല് മടക്കി, മറുകാൽ നീട്ടിവെച്ച കാലിന്റെ തുടയിൽ പുസ്തകംവെച്ച് വായിച്ചുകൊണ്ടാണ് അന്നെല്ലാം സ്ത്രീകൾ ചകിരി പിരിച്ചിരുന്നത്. പ്രാഥമിക വിദ്യാഭ്യാസം മാത്രം ലഭിച്ച തൊഴിലാളിസ്ത്രീകളാണെന്ന് ഓർക്കണം. ആ കാലമെല്ലാം മാറിപ്പോയി. ഇന്ന് പുസ്തകം വായിക്കുന്നവരുടെ എണ്ണം തീരെ കുറഞ്ഞുപോയി. പഴയ തലമുറയിലുള്ളവരും പുതിയ തലമുറയിലുള്ളവരും പഴയ ആ ഒരു ആർത്തിയോടെ ഇന്ന് പുസ്തകങ്ങൾ വായിക്കുന്നില്ല. രാവുണ്ണി വളരെ വിശദമായ നേർക്കാഴ്ച തന്നെയാണ് ഈ കവിതയിലൂടെ കുറിച്ചിട്ടിരിക്കുന്നത്. ഈ കവിതയ്ക്ക് ഒരു കാലഘട്ടമാറ്റത്തിന്റെ സ്വഭാവം ഉണ്ട്.

ഈ കവിതയിൽ നിറഞ്ഞുനിൽക്കുന്ന ഇമേജറികൾ, ബിംബങ്ങൾ, സൂചകങ്ങൾ ഇതെല്ലാംതന്നെ ഉത്തമസാഹിത്യകൃതികളുടെ നിദർശനങ്ങളായി എടുത്തുകാണിക്കുവാൻ നമുക്ക് കഴിയും. പുസ്തകങ്ങളുടെ ആദ്യപേജിൽ അന്നും ജയിൽപ്പുള്ളിക്കെന്ന പോലെ നമ്പറുണ്ട് എന്ന് പറയുന്നിടത്തും അനുവാചകപ്രതികരണസിദ്ധാന്തവും പ്രയോഗവും പല കൈപ്പടയിൽ, പലനിറങ്ങളിൽ ആദ്യപേജ് തൊട്ടേ തെളിഞ്ഞുകാണാം എന്ന് പറയുന്നിടത്തും ഇതുണ്ട്. ശരിക്കും പറഞ്ഞാൽ ഇതാണ് 40 വർഷം മുമ്പുള്ള കേരളത്തിന്റെ കാഴ്ച.

മുഷിഞ്ഞ പേജുകളും അടർന്ന ചട്ടകളും ആയിരുന്നു അന്ന് മിക്കവാറും പുസ്തകങ്ങളുടെ മുഖമുദ്ര. അന്നെല്ലാം പുസ്തകങ്ങൾ എടുത്ത് വീട്ടിൽ കൊണ്ടുപോകുമ്പോൾ തുന്നിക്കെട്ടി നല്ല പത്രക്കടലാസിനാൽ പൊതിയുകയും പുറച്ചട്ടയിട്ട് വായനശാലയിലേക്ക് തിരികെ എത്തിക്കുകയും ചെയ്യുന്ന ഒരു പതിവ് ഉണ്ടായിരുന്നു. നമുക്ക് ആ പുസ്തകത്തോടുള്ള സ്നേഹം പങ്കുവെക്കലാണത്. പിന്നീട് ഒരുപാട് പേർ അത് വായിക്കുവാനുണ്ട് എന്ന തിരിച്ചറിവിൽ നമ്മളങ്ങനെ ചെയ്തുപോന്നിരുന്നു. പുസ്തകങ്ങളോടുള്ള ആത്മബന്ധങ്ങളെല്ലാം നഷ്ടമായിരിക്കുന്നു ഇന്നത്തെ തലമുറയിൽ.

കവിത അവസാനിക്കുന്നിടത്ത് വളരെ മൂർച്ചയേറിയ ഒരു പരിഹാസത്തിലാണ് എന്നുള്ളതാണ് ഈ കാലഘട്ടവുമായി കവിതയെ ബന്ധിപ്പിക്കുന്ന ഒരു സൂത്രവാക്യം. നാം 'സ്വച്ഛഭാരത'മെന്ന് കൊട്ടിഘോഷിക്കപ്പെടുന്ന ഒരു ശുദ്ധീകരണപ്രക്രിയയുടെ ഭാഗമാകുന്നു. പക്ഷേ, യഥാർത്ഥശുദ്ധീകരണം നമ്മൾ തിരിച്ചറിയുന്നില്ല. മനുഷ്യനെ കാണുവാൻ നമുക്ക് അപൂർവ്വമായേ സാധിക്കുന്നുള്ളൂ. നമ്മൾ ഓരോരോ കംപാർട്ട്മെന്റുകളായി തിരിഞ്ഞ് ജീവിക്കുവാൻ നിർബന്ധിതരാകുന്നു. ഫാസിസ്റ്റ് ഭീകരതകൾ നമ്മുടെ സമൂഹത്തിലേക്ക് കടന്നുവരികയാണ്. ആ ഒരു കാലഘട്ടത്തിലാണ് ഈ ഒരു കവിത വന്നുനിൽക്കുന്നത് എന്നത് തീർച്ചയായും ഒരു സാമൂഹ്യപരിഹാസം അല്ലെങ്കിൽ സമൂഹത്തോടുള്ള കവിയുടെ കലഹപ്പെടൽ ആയാണ് കാണുവാൻ കഴിയുക. സമീപകാലത്ത് ഞാൻ വായിച്ച കവിതകളിൽ ഏറ്റവും മികച്ച ഒന്നാണ് രാവുണ്ണിയുടെ ഈ കവിത എന്ന് പറയുവാൻ സന്തോഷമുണ്ട്.

പുതിയ വായനശാലയ്ക്ക് ഒരു പേരു വേണം

അഷ്ടമൂർത്തി

മാറ്റുദേശത്തെപ്പോലെയല്ല, എന്റെ ദേശമായ ആറാട്ടുപുഴയിൽ മര്യാദയ്ക്ക് ഒരു വായനശാലയില്ല. ഒന്നുള്ളതിന്റെ സ്ഥിതി പരുങ്ങലാണ്. കഷ്ടിച്ച് ആയിരത്തിനു താഴെ പുസ്തകങ്ങൾ. അവ തന്നെ സാമാന്യം പഴക്കമുള്ളത്. വില്ലേജാപ്പീസുള്ള കെട്ടിടത്തിലെ കക്കൂസ് മുറിയോളം വലിപ്പമുള്ള ഒരു മുറിയാണ് ആസ്ഥാനം. വൈകുന്നേരം കൃത്യം നാലുമണിക്ക് രാമചന്ദ്രൻ അത് തുറക്കും. വില്ലേജാപ്പീസറെ കാത്തിരിക്കുന്നവർ മുഷിവുമാറ്റാൻവേണ്ടി വല്ലപ്പോഴും അതിൽ ഒന്നു കയറും. അഞ്ചു മണിക്ക് ആപ്പീസടച്ചാൽ പിന്നെ രണ്ടു മണിക്കൂർ രാമചന്ദ്രൻ ഒറ്റയ്ക്ക് ഇരിക്കും.

നല്ല ഒരെണ്ണം തുടങ്ങണമെന്നും കുട്ടികളെ വായനയിലേക്ക് കൊണ്ടുവരണമെന്നും എം.രാജേന്ദ്രൻ എന്ന പൊതുകാര്യസ്നേഹി ഇടയ്ക്കിടെ പറയാറുണ്ട്. ഇതുവരെ നടന്നിട്ടില്ല.

അങ്ങനെയിരിക്കുമ്പോൾ 2016-ൽ എൻ.വി.കൃഷ്ണവാരിയരുടെ ജന്മശതാബ്ദിയോടനുബന്ധിച്ച് അദ്ദേഹത്തിന്റെ ദേശമായ ഞെരുവിശ്ശേരിയിൽ (ആറാട്ടുപുഴ തപാൽ) ഒരു വായനശാല തുടങ്ങി. എന്റെ കൈയിലെ കുറച്ചു പുസ്തകങ്ങൾ അതിലേക്ക് കൊടുത്തു. പക്ഷേ, വായനശാലയിൽ പുസ്തകങ്ങളെടുക്കാൻ ആരും വരുന്നില്ലെന്നും ഒരു കാരംബോർഡ് വാങ്ങിയതിൽപ്പിന്നെ കുറച്ചുപേർ അതു കളിക്കാൻ വരുന്നുണ്ടെന്നും വായനശാലയ്ക്കുവേണ്ടി അഹോരാത്രം ഓടിനടന്ന നാരായണൻകുട്ടി പറഞ്ഞറിഞ്ഞിരുന്നു.

രാവുണ്ണിയുടെ ഈ കവിത ആഴ്ചപ്പതിപ്പിൽ വരുന്നതിന് രണ്ടു ദിവസംമുമ്പ് ഒരത്യാഹിതമുണ്ടായി. എന്റെ പുസ്തകശേഖരത്തിലേക്ക് ചിതൽ ഇരമ്പിക്കയറി കുറേയെണ്ണം തിന്നുതീർത്തു. എല്ലാം വലിച്ചു പുറത്തിട്ടപ്പോൾ തോന്നി: ഇനിയൊരിക്കലും വായിക്കില്ല എന്ന് ഉറപ്പുള്ള കുറെ പുസ്തകങ്ങൾ ഏതെങ്കിലും വായനശാലയ്ക്ക് കൊടുത്താലോ? നാരായണൻകുട്ടിയെ വിളിച്ചപ്പോൾ എൻ.വി.കൃഷ്ണവാരിയർ സ്മാരകവായനശാല രണ്ടുകൊല്ലമായി തുറക്കാറേയില്ലെന്ന വിവരം കിട്ടി. കോവിഡ് തുടങ്ങുന്നതിനു മുമ്പുതന്നെ കാരംകളിക്കാരും വരാതായിരുന്നു. അതിനു മുമ്പ് 2018-ൽ നടന്ന ഫുട്ബോളിന്റെ ലോകകപ്പ് മത്സരം കാണാൻ തടിച്ചുകൂടിയ നാട്ടുകാരൊന്നും പിന്നീട് തിരിഞ്ഞുനോക്കിയിട്ടുപോലുമില്ലെന്നും. പുസ്തകങ്ങൾ ഏതായാലും വേണ്ട.

രണ്ടുമാസംമുമ്പ് രാജേന്ദ്രൻ സർക്കാർ സർവീസിൽനിന്നു വിരമിച്ചുവല്ലോ എന്ന് അപ്പോഴാണ് ആലോചിച്ചത്. അയാളെ വിളിച്ചു. ആശയം ഇപ്പോഴും നിലവിലുണ്ടെന്നും കെട്ടിടമടക്കം എല്ലാ കാര്യങ്ങളും അനിശ്ചിതത്വത്തിലാണെന്നും മറുപടി കിട്ടി. പക്ഷേ, എങ്ങനെയും തുടങ്ങും. തുടക്കമെന്ന നിലയിൽ തൽക്കാലം ഞാൻ മാറ്റിവെച്ച പുസ്തകങ്ങൾ രാജേന്ദ്രന്റെ വീട്ടിൽ കൊണ്ടുവെയ്ക്കാൻ സമ്മതിച്ചു.

വൈകാതെ ഞങ്ങളുടെ ദേശത്തും അത്യാധുനികസൗകര്യമുള്ള ഒരു വായനശാല തുടങ്ങും. വാതാനുകൂലിതമായ അതിന്റെ ഓഫീസ് മുറിയിലെ കംപ്യൂട്ടറിനു മുന്നിലിരിക്കാൻ ഒരു സുസ്മിതാ ഹരനെ നിയമിക്കും. കാരംകളിക്കാനൊന്നും ഇനി ആരും വരില്ല. ഡിജിറ്റൽ യുഗമല്ലേ? ടെലിവിഷൻ മസ്റ്റാണ്. ഒളിമ്പിക്സല്ലേ വരുന്നത്? അടുത്ത കൊല്ലം ഫിഫയുമുണ്ട്. ടിവി സ്മാർട്ട് തന്നെ വേണം. നെറ്റ്ഫ്ളിക്സും പ്രൈംവീഡിയോവും എടുക്കണം. അതിനിടെ ആരെങ്കിലും വായനക്കാർ വന്നാൽ, അവർക്കു വേണ്ടി കുറച്ച് സീലു പൊട്ടാത്ത പുസ്തകങ്ങളും വേണം.

അതിനൊക്കെമുമ്പ് പുതിയ വായനശാലയ്ക്ക് ഒരു കിടിലൻ പേരു വേണം. നെഹ്റു, മഹാത്മാ, അക്ഷര, വിജ്ഞാന തുടങ്ങിയവയൊക്കെ നിഷിദ്ധമാണ്. പേരു ക്ഷണിച്ചുകൊണ്ട് ഒരു മത്സരം വെയ്ക്കുന്നുണ്ട്. തിരഞ്ഞെടുക്കപ്പെടുന്ന പേരിന് ഉചിതമായ സമ്മാനവും കൊടുക്കുന്നുണ്ട്.

മഹാഗ്രന്ഥമാവുന്ന കവിതകൾ

കെ.ഉണ്ണികൃഷ്ണൻ

ചില കവിതകൾ അങ്ങനെയാണ്! ചരിത്രത്തിൽ ചില കവികളും അങ്ങനെത്തന്നെയാണ്. ഒരു കവിതയിൽ ഒരിതിഹാസം കുറിക്കുന്ന ചില 'വഴിതെറ്റി നടന്ന പഥികർ' അങ്ങനെയായില്ലെങ്കിലേ അതിശയമുള്ളൂ. ആ ശ്രേണിയിൽ ചരിത്രമരത്തിൽ ചില ഒറ്റയില ച്ചില്ലകൾ കാണാം. അതും അപൂർവമായി. ഇവിടെയിപ്പോൾ നമ്മൾ അങ്ങിനെയൊരാളെ കണ്ടുമുട്ടുന്നു. അങ്ങനെയൊരു കവിതയെ തിരിച്ചറിയുന്നു. അതാവുന്നു രാവുണ്ണിയും 'മഹാത്മാ ഗ്രന്ഥശാല, മാറ്റുദേശം' എന്ന കവിതയും.

ഇതൊരു കവിത മാത്രമല്ലേ? ഇതിലെന്ത് ഇതിഹാസം? എന്ന് ആരെങ്കിലും ചോദിച്ചാൽ അതിനൊരൊറ്റ മറുപടിയേയുള്ളൂ. അവണൂർ ജയപ്രകാശ്.

അതെ, അവണൂർ ജയപ്രകാശിനെ സസൂക്ഷ്മം നിരീക്ഷിച്ച് വിശകലനംചെയ്ത് മനസ്സിരുത്തി വായിച്ചുനോക്കൂ. എന്നിട്ട് സങ്കോചമേതും കൂടാതെ മഹാത്മാ ഗ്രന്ഥശാലയിലെ പഴമയിലേക്കും പുതുമയിലേക്കും ഒരു സന്ദർശനം നടത്തിനോക്കാം. അവിടെയാണീ ഇതിഹാസത്തെ നമ്മിലെ വായനക്കാരൻ തിരിച്ചറിയുന്നത്. കവിത കാല്പനികസിദ്ധാന്തങ്ങളിലും നൈമിഷിക വൃത്താന്തങ്ങളിലും ചങ്ങലയ്ക്കിട്ട് കഴുത്ത് മുറുക്കി ശ്വാസം

മുട്ടിക്കുന്ന ഒരു കാലഘട്ടത്തിലൂടെ കടന്നുപോവുമ്പോൾ കവിതാശയത്തെ ഗർഭത്തിൽനിന്നും മലർക്കെ തുറന്നുവിട്ടു കവി സന്ദർശകനായി... സാക്ഷിയായി... കാലാന്തരമായി സഞ്ചരിക്കുന്ന ഐതിഹാസികരചനകൾ ഈ അടുത്ത കാലത്തായി വേറെയേതുണ്ട്? അവിടെയാണ് മഹാത്മാ ഗ്രന്ഥശാലയുടെയും അവണൂർ ജയപ്രകാശിന്റെയും പ്രസക്തി. അവിടെത്തന്നെയാണ് കവിയുടെ കണ്ടെത്തലുകൾ ഉരുത്തിരിയുന്നതും കാലാനുവർത്തിയാവുന്നതും. അത് അനായാസം രാവുണ്ണിമാഷിന്റെ തൂലികയ്ക്ക് കഴിഞ്ഞുവെന്ന് പറയുന്നിടത്ത്, ആ കവിത ഇതിഹാസതുല്യമായി മാറുന്നു.

കവിത കടന്നുപോവുന്നത് ഒരു വ്യക്തിയിലൂടെയാണെങ്കിലും കാലഘട്ടങ്ങൾ കടന്നു സഞ്ചരിക്കുന്ന ഒരാശയത്തെ പ്രതിബിംബിപ്പിക്കുന്നു. തന്റെ നാടും കണ്ടു പരിചയമുള്ള നാട്ടുകാരിൽ ചിലരും കാഴ്ചകളും ആത്മകഥാംശമായി ഭാവനയ്ക്കു മുകളിൽ ചിറകു വിടർത്തി പറക്കുന്നത് അത്ഭുതത്തോടെ നോക്കിക്കാണാൻ വായനക്കാരനാവുന്നു. അവണൂർ ജയപ്രകാശിൽനിന്നും സുസ്മിതാ ഹരനിലേക്കു എത്തുമ്പോൾ കാലം മാറുന്നു, ദേശക്കാരും മാറുന്നു. തലമുറയുടെ കാഴ്ചപ്പാടും അഭിരുചികളും അമ്പേ മാറുന്നു. അത്തരത്തിൽ ഗ്രന്ഥശാല, കാലഘട്ടങ്ങൾക്കിടയിലെ പൊതുമനുഷ്യജീവിതസൂചികയായി കവി കണ്ടെത്തുന്നിടത്താണ് കവിത ഇതിഹാസതുല്യമായി ഉയർത്തപ്പെടുന്നത്.

ചരിത്രസഞ്ചാരിയായി രണ്ടറ്റവുംമുട്ടി കടന്നുപോവേണ്ട ഒരു മഹാകാവ്യത്തിന്റെയോ നെടുനീളൻ കഥയുടെയോ തന്തുവിനെ ഒരു കവിതയിലാവാഹിച്ച്, അതിൽ ഭാവനയുടെ അതിപ്രസരവും മേമ്പൊടിയുമില്ലാതെ രാവുണ്ണിമാഷ് ഒരു മഹത് ആശയം സമൂഹത്തിന്റെ മുന്നിലേക്ക് വെച്ചിരിക്കുന്നു.

സമകാലീന മലയാളകവിതാശാഖയിൽ ശ്രദ്ധേയമായ നിരവധി കവിതകൾ സംഭാവനചെയ്ത രാവുണ്ണി മഹാത്മാ ഗ്രന്ഥശാലയിലൂടെ മഹാരഥന്മാർ വിഹരിക്കുന്ന മാനസരോവരത്തിൽ അവർക്കൊപ്പം ഉയരത്തിൽ പറക്കുന്നതിൽ മലയാളിയായ എനിക്കും അഭിമാനം.

കവിതയുടെ രാഷ്ട്രീയവായനകൾ

സജീവ് എരവത്ത്

അധികാരസ്വരൂപങ്ങൾക്കെതിരായുള്ള മനുഷ്യരാശിയുടെ സമരമുഖങ്ങളിൽ ഏറ്റവും പ്രഹരശേഷിയുള്ള ആയുധം ഓർമകളാണെന്ന് പറഞ്ഞുവെച്ചത് മിലാൻ കുന്ദേരയാണ്. അടിയന്തരാവസ്ഥ പിൻവലിക്കപ്പെടുകയും സമഗ്രാധിപത്യത്തിനെതിരെയുള്ള പ്രതിരോധപ്രവർത്തനങ്ങളാലും, ജനകീയസമരങ്ങളാലും നമ്മുടെ സാംസ്കാരികലോകം ഉഴുതുമറിക്കപ്പെടുകയും ചെയ്ത ഒരു ഭൂതകാലത്തിലേക്ക് തിരികെ നടക്കുകയും, പുഷ്കലമായ ജനാധിപത്യത്തെയും അത് സമ്മാനിക്കുന്ന ബഹുസ്വരതകളുടെയുമൊക്കെ പുതിയ കാലത്തിന്റെ പടച്ചട്ടകളായി കവിതാരൂപത്തിൽ കണ്ടെടുക്കുകയാണ് 'മഹാത്മാ ഗ്രന്ഥശാല, മാറ്റുദേശം' എന്ന കവിതയിലൂടെ രാവുണ്ണി ചെയ്യുന്നത്.

കേവലമായ ലൈബ്രേറിയൻ എന്ന നിലയിൽനിന്ന് പുസ്തകങ്ങളുമായുള്ള ജയപ്രകാശിന്റെ ഇടപെടലുകൾ പുതിയ തലങ്ങളിലേക്കെത്തുന്നുണ്ട്. ഉദ്യാനപാലകനായും ഏകാധ്യാപകവിദ്യാലയത്തിലെ സ്നേഹച്ചൂരലേന്തിയ മാഷായും അയാൾ മാറുന്നു. വായന പുരോഗമിക്കുമ്പോൾ ഗ്രന്ഥശാല ഒരു രാജ്യമാവുന്നതും, പുസ്തകങ്ങൾ പൗരൻമാരാകുന്നതും ലൈബ്രേറിയൻ ഒരു സാമൂഹ്യപ്രവർത്തകനാവുന്നതും നമ്മൾ കാണുന്നു. വായിക്കപ്പെടാതെ കിടക്കുന്ന പുസ്തകങ്ങൾ ജയിൽപ്പുള്ളികളെപോലെയാണ് എന്ന ഗംഭീരമായ നിരീക്ഷണംകൂടി കവിത മുന്നോട്ടുവെക്കുന്നുണ്ട്. അടിമുടി സർഗാത്മകവും പത്തരമാറ്റുമുള്ള ഒരു ദേശത്തെ കുറിച്ചാണ് കവിത ഏറ്റവും വാചാലമായിട്ടുള്ളതെന്ന് കാണാം. ഭാവയിത്രിയും കാരയിത്രിയും തമ്മിലുള്ള സർഗസംവാദങ്ങളൊക്കെ അത്തരമൊരു ആവാസവ്യവസ്ഥയെക്കുറിച്ചുള്ള ഓർമപ്പെടുത്തലുകളായി മാറുന്നു. കവിതയിൽ വിരിയുന്ന വായനയുടെ വസന്തകാലത്തെ, വിശാലമായ സാമൂഹ്യപരിപ്രേക്ഷ്യത്തിലൂടെ വേണം വായിച്ചെടുക്കാനെന്ന് തോന്നുന്നു. നേരത്തെ

സൂചിപ്പിച്ചതുപോലെ നമ്മുടെ ഓർമകളെയാണ് ഈ കവിത പച്ചകുത്തുന്നത്. ദൃശ്യങ്ങളായും, സ്വരങ്ങളായും, എന്തിന് മണങ്ങളായിപ്പോലും അത് വായനക്കാരിലേക്ക് ഒഴുകി നിറയുന്നു. പുസ്തകങ്ങളുടെ രാജ്യം പ്രതിരോധത്തിന്റെകൂടെ രാജ്യമായിരുന്നു എന്നത് ഓർമിപ്പിക്കുന്നു.

അവസാനഖണ്ഡത്തിലാണ് ഈ രചനയുടെ അകക്കാമ്പ് തെളിയുന്നത്. അത്രയും സ്വാഭാവികതയോടെ അതൊരു രാഷ്ട്രീയ രചനയായി മാറുകയാണ്. നാൽപ്പത് വർഷങ്ങൾക്കുശേഷം അതേ ഗ്രന്ഥശാലയിലേക്ക് വന്നുകയറുന്ന ആഖ്യാതാവിനു മുന്നിൽ തെളിയുന്നത് നേരത്തെ വരച്ചിട്ടതിൽനിന്ന് തീർത്തും വിരുദ്ധമായ ഒരു ആവാസവ്യവസ്ഥയാണ്. മേലാസകലം ചളിപുരണ്ട്, വിളറിയ ചിരിയോടെ ഒടിഞ്ഞ ഊന്നുവടിയുമായി നിൽക്കുന്ന ഗാന്ധിപ്രതിമ പുതിയ കാലത്തിന്റെ, മാറിയ ദേശത്തിന്റെ കൃത്യമായ അടയാളപ്പെടുത്തലാണ്. ഗ്രന്ഥശാലാഹാളിൽ നിറഞ്ഞുനിൽക്കുന്ന ഭീകരമായ നിശ്ശബ്ദതയും പുസ്തകങ്ങളുടെ നെടുമോഹനിദ്രയും അശാന്തിയുടെ അഗ്നിപർവ്വതങ്ങളാണ്. ഏത് നിമിഷവും പൊട്ടിയൊലിക്കാൻ പാകത്തിൽ ഏകാധിപത്യം സർവ്വസജ്ജമാണവിടെ.

ഈ രചനയുടെ ഏറ്റവും വലിയ സവിശേഷതയായി തോന്നിയത് അതിന്റെ ക്രാഫ്റ്റിംഗ് ആണ്. ഓരോരോ കല്ലുകളായി ശ്രദ്ധാപൂർവ്വം അടുക്കിവെച്ച് ഒരു ഗോപുരം നിർമ്മിക്കുന്ന തരത്തിലുള്ള ശിൽപ്പചാതുരിയാണ് കവിതയുടെ പ്രഹരശേഷിക്ക് നിദാനം. 'സ്വച്ഛഭാരതം' എന്ന ഒരൊറ്റ പ്രയോഗത്തിലൂടെ എത്ര വിദഗ്ദ്ധമായാണ് ഫാസിസ്റ്റ് കാലവുമായി കവിതയെ കണ്ണിചേർത്തതെന്ന് നോക്കുക. വെറുമൊരു വാക്കിനാൽ അന്തമില്ലാത്ത മുഴക്കങ്ങളിലേക്കാണ് അത് വായനക്കാരെ നയിക്കുന്നത്. 'സ്വച്ഛഭാരത്' എന്ന പ്രയോഗംകൊണ്ട് അതൊരു സ്ലോഗനായി അവതരിപ്പിച്ചവർ ലക്ഷ്യമാക്കിയത് അടക്കിഭരിക്കുന്നവരുടെമാത്രം സ്വച്ഛതയാണെന്ന് കവിത പറയാതെ പറയുന്നുണ്ട്. വലിയൊരു ജനതയുടെ മൊത്തം സ്വച്ഛതയും കവർന്നെടുത്താണല്ലോ അവരത് സ്വന്തമാക്കാൻ ശ്രമിക്കുന്നത്!

വായനക്കാരനെ രണ്ട് കാലങ്ങളുടെ ഇടയിൽകൊണ്ടുനിർത്തുകയും, കാറ്റുപോലെ പടർന്നുകേറുന്ന ഏകാധിപത്യത്തിന്റെ കുളമ്പടികളെ തീവ്രതയോടെ അനുഭവിപ്പിക്കുകയും ചെയ്യുന്നു 'മഹാത്മാ ഗ്രന്ഥശാല, മാറ്റുദേശം' എന്ന രചന.

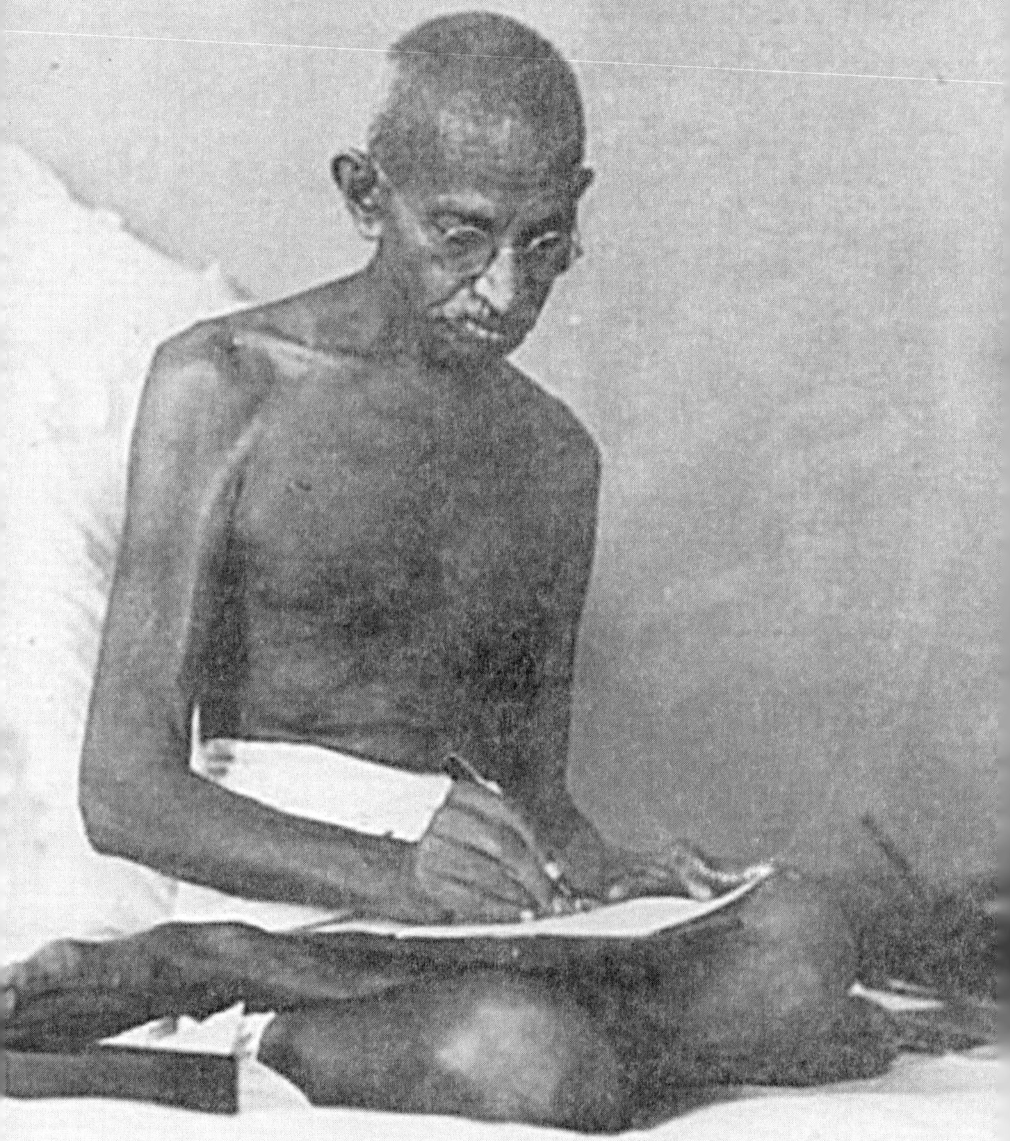

പ്രാപ്തികൾ

ഗ്രന്ഥശാലാ
പ്രവർത്തകരുടെ
വായനകൾ

നാഴിയിൽ ഒതുങ്ങുന്ന ആഴി

കെ.വി.കുഞ്ഞികൃഷ്ണൻ

ഒരു കാലഘട്ടത്തിലെ ഗ്രന്ഥശാലാപ്രവർത്തനത്തിന്റെ പൊതുസ്വഭാവമായ അതിരില്ലാത്ത അർപ്പണബോധത്തിന്റെയും പ്രതിബദ്ധതയുടെയും അത്യന്തം ഭാവദീപ്തമായ കാവ്യാവിഷ്ക്കാരമാണ് 'മഹാത്മാ ഗ്രന്ഥശാല, മാറ്റുദേശം' എന്ന കവിതയിൽക്കൂടി രാവുണ്ണി നിർവ്വഹിച്ചിരിക്കുന്നത്. ഇത്ര കുറച്ച് വാക്കുകളിൽ ദശാബ്ദങ്ങളുടെ സാംസ്കാരികജീവിതചിത്രങ്ങൾ മനോഹരമായി വരച്ചുവെച്ചിരിക്കുന്നു. വായന മനുഷ്യനെ കൂട്ടിക്കൊണ്ടുപോയ വിശാലമായ അറിവിന്റെയും അനുഭവത്തിന്റെയും അനുഭൂതിയുടെയും ലോകം ഏതാനും വരികളിൽ, ആഴിയെ നാഴിയിലാക്കുന്ന കലാവിരുതോടെ സാധിച്ചിരിക്കുന്നു.

എന്നാൽ, പോയകാലത്തിന്റെ സുവർണ്ണശോഭയുടെ സങ്കൽപ്പങ്ങളിൽ അഭിരമിക്കുന്ന ഗൃഹാതുരത്വമാണ് ഈ കവിതയുടെ പൊതുവായ വൈകാരികപരിസരം. നമ്മുടെ ന്യായമായ ഉത്കണ്ഠകളെ ഇത് വെളിവാക്കുന്നുണ്ട്. ഇത്തരമൊരു നഷ്ടബോധം പൊതുവെ കവികളുടെ ഒരു മാനസികാവസ്ഥയാണെന്നു കരുതാം, രാവുണ്ണിയുടെയും.

പ്രസിഡണ്ട്, കേരള സ്റ്റേറ്റ് ലൈബ്രറി കൗൺസിൽ

ഭാവനയുടെ പച്ചത്തുരുത്തുകൾ

പി.കെ.ഹരികുമാർ

'മഹാത്മാ ഗ്രന്ഥശാല, മാറ്റുദേശം' വായനയുടേയും വായനശാലയുടേയും പോയകാലത്തിലേക്കും സങ്കീർണമായ വർത്തമാനകാലത്തിലേക്കും എന്നെ കൂട്ടിക്കൊണ്ടുപോയി. വായിച്ച അന്നുതന്നെ ഞാൻ രാവുണ്ണിയെ വിളിച്ച് ഇക്കാര്യം പറഞ്ഞിരുന്നു. എത്ര കഷ്ടപ്പാടുകൾക്കിടയിലൂടെയാണ് ഓരോ ദേശത്തും വായനശാലകൾ ഉണ്ടായതും വളർന്നതും! അങ്ങനെ അത് മലയാള ഭാവനയുടെ പച്ചത്തുരുത്തായി, മഹാപ്രസ്ഥാനമായി. ഒരു പ്രദേശത്തിന്റെ, ഒരു ജനതയുടെ സാംസ്കാരികവും സാമൂഹ്യവുമായ ജീവിതത്തെ ഇത്രയും അഗാധമായി സ്വാധീനിച്ച വേറൊരിടവും അവിടെ കാണില്ല. നമ്മൾ അറിയാത്ത മനുഷ്യാവസ്ഥകളെയും അജ്ഞാതമായ സ്ഥലകാലങ്ങളെയും നമുക്ക് അനുഭവവേദ്യമാക്കിത്തന്ന പുസ്തകങ്ങളുടെ ഇരിപ്പിടമായിരുന്നു അത്.

അന്നൊന്നും ഒരുപാട് പുസ്തകങ്ങളും പശ്ചാത്തലസൗകര്യങ്ങളുമൊന്നും ഉണ്ടായിരുന്നില്ല. എന്നിട്ടും, അവിടെ നമ്മളെ കാത്ത് ഒരു ലൈബ്രേറിയനുണ്ടായിരുന്നു. നല്ലവണ്ണം പുസ്തകം സൂക്ഷിക്കുന്നവർ, ചോർച്ച തടയുന്നവർ. പുസ്തകങ്ങൾ എടുത്തു തരികയും വാങ്ങിവെക്കുകയും ചെയ്യുന്നതിനപ്പുറം നല്ല പുസ്തകങ്ങളുടെ ലോകത്തിലേക്ക് വഴികാട്ടിയാവുകയും ചെയ്യുമായിരുന്നു.

അതവർക്കൊരു ജോലി ആയിരുന്നില്ല. ലൈബ്രേറിയൻമാർ പുസ്തകങ്ങൾക്കും വരിക്കാർക്കുമിടയിലെ സർഗാത്മക ഇടപാടുകാരായിരുന്നു. എനിക്കുമുണ്ട് വായിച്ച നോവലിന്റെ താളുകളിൽ എഴുതിവെച്ചതിന് കിട്ടിയ ശാസനയുടെയും ആസ്വാദനത്തിന്റെയും അനുഭവം. അങ്ങനെയും ഒരു കാലം. വന്നുവന്ന് വായനശാലയും പരിസരങ്ങളും ആളുകളും മാറി. വിവരസാങ്കേതികത പിടിമുറുക്കി. ഒരുപാട് പുസ്തകങ്ങളും സൗകര്യങ്ങളുമായി വായനയുടെ ഉപാദാനങ്ങൾ മാറി. പലതും മാറി. ഈ രണ്ടു പരിസരത്തേക്കും സഞ്ചരിച്ചുപോയവർക്ക് നിശ്ചയമായും ഒരു വല്ലായ്കയുണ്ട്. ഇപ്പറഞ്ഞ എല്ലാം ഓർമ്മിപ്പിച്ചു രാവുണ്ണിയുടെ കവിത.

ലോകമാകെ ഭയന്നുനിൽക്കുന്ന കോവിഡ് കാലാവസ്ഥയ്ക്കിടയിൽ ഒരു കവി ഇങ്ങനെയൊക്കെ ചെയ്തുവല്ലോ.

നന്ദി.

പ്രസിഡണ്ട്, സാഹിത്യപ്രവർത്തക സഹകരണസംഘം

ആത്മബന്ധത്തിന്റെ അടയാളങ്ങൾ

വി.ഡി.പ്രേമപ്രസാദ്

ഈ കവിത എന്നെ പല മട്ടിലാണ് ബാധിച്ചത്. മഹാത്മാ ഗ്രന്ഥശാല ഞാൻ ശ്രദ്ധിക്കുന്നത്, കവിതയിൽ സൂചിപ്പിച്ചിട്ടുള്ള ഗാന്ധിപ്രതിമ നോക്കിക്കൊണ്ടാണ്. ഒരു ദിവസം ആ ഗാന്ധിപ്രതിമ കൈകളും ശരീരഭാഗങ്ങളും തല്ലിയൊടിക്കപ്പെട്ട നിലയിൽ കാണുകയുണ്ടായി. അതിന്റെ അടിയിൽ സി.പി.ഐ.(എം.എൽ.) എന്നെഴുതിവെച്ചിരുന്നു. വാസ്തവത്തിൽ അതെനിക്ക് വലിയ വേദന ഉണ്ടാക്കി. അന്ന് വിപ്ലവവിദ്യാർത്ഥി സംഘടനാപ്രവർത്തകൻ ആയിരുന്നു ഞാൻ. ഇത്തരം നടപടികൾ ഒട്ടും ശരിയല്ലെന്ന് പിന്നീട് പോൾ തോമസ് എന്ന നക്സലൈറ്റ് നേതാവ് സംസാരിക്കുമ്പോൾ, ഞാൻ തർക്കിച്ചതും ഓർമിക്കുന്നുണ്ട്.

മഹാത്മാ ഗ്രന്ഥശാലയിൽ പാർട്ടൈം ലൈബ്രേറിയനായി ജോലിചെയ്തിരുന്ന ജയൻ അവണൂർ എന്റെ അടുത്ത സുഹൃത്താണ്. കവി കൂടിയായ അദ്ദേഹം സംഘടിപ്പിച്ച നിരവധി പരിപാടികളിൽ പങ്കെടുക്കാൻ കഴിഞ്ഞിട്ടുണ്ട്. ആ അർത്ഥത്തിലും ജയനെ ഈ കവിതയിൽ അടയാളപ്പെടുത്തിയത് ഏറെ ആകർഷകമായിത്തോന്നി.

കവിതയുടെ പ്രമേയം എനിക്ക് ആകർഷകമായിത്തീർന്നത് ഞാനൊരു ഗ്രന്ഥശാലാസംഘം പ്രവർത്തകനാണ് എന്നതുകൊണ്ടുകൂടിയാണ്. വീടിനോട് തൊട്ടടുത്തുള്ള കൃഷ്ണേട്ടൻ സ്മാരക വായനശാലയുടെ നടത്തിപ്പിൽ സജീവമായി പങ്കെടുക്കുന്ന ഒരാളുമാണ് ഞാൻ. കവിതയിലെ ഓരോ പരാമർശവും എന്നെ സ്പർശിച്ചുപോവുന്നവയുമാണ്.

വായനശാലയിലെ പഴയ പുസ്തകങ്ങളെ കവി സൂക്ഷ്മമായാണ് നിരീക്ഷിക്കുന്നത്. പുസ്തകങ്ങളിൽ എഴുതിച്ചേർക്കുന്ന

വരികൾ, ഒരുതരം ഫോക്‌ലോർപോലെ രചയിതാവ് ആരാണെന്ന് അറിയാത്ത രീതിയിൽ പ്രചരിച്ചുവരുന്നവയാണ്. ചിലപ്പോഴത് അശ്ലീലച്ചുവ കലർന്ന കുറിപ്പുകളാവും. കവിതയിൽ സൂചിപ്പിക്കപ്പെടുന്ന വിധത്തിലുള്ള കുറിപ്പുകളാണ് മിക്കവാറും പുസ്തകങ്ങളിൽ കാണാറുള്ളത്. ഈ കമന്റുകളിലൂടെ കടന്നുപോവുക എന്നത് വലിയ സന്തോഷം ജനിപ്പിക്കുന്ന ഒന്നാണ്.

മിക്ക റഫറൻസ് ഗ്രന്ഥങ്ങളും ചിതലുകളും കീടങ്ങളും തിന്നുതീർത്തുവെന്ന പരാമർശം നമ്മെ വേദനിപ്പിക്കുന്നു. വളരെ വിലപിടിപ്പുള്ള പുസ്തകങ്ങൾ റഫർ ചെയ്യാൻ അധികമാളുകൾ ഇല്ലെങ്കിലും വളരെ ബഹുമാനത്തോടെയാണ് നാമവയെ പരിപാലിക്കാറുള്ളത്. പഴയ കാലത്തെ ലൈബ്രേറിയനും വായനക്കാരും തമ്മിലുള്ള ആത്മബന്ധം കവിത എടുത്തു കാണിക്കുന്നു.

വായനയിലേക്കും കലാപ്രവർത്തനത്തിലേക്കും സാംസ്കാരികരംഗത്തേക്കും ഞാനൊക്കെ ഇറങ്ങിവരുന്നതിന് സാഹചര്യമൊരുക്കിയത് വാടാനപ്പള്ളിയിലെ ജീവൻ കലാവേദിയാണ്. കടമ്മനിട്ട, സച്ചിദാനന്ദൻ, ചുള്ളിക്കാട്, രാവുണ്ണി തുടങ്ങിയവർ അവിടെ വിവിധ പരിപാടികളിൽ പങ്കെടുക്കാനെത്തിയവരാണ്. വ്യക്തികളെ നവീകരിക്കുന്നതിനും ജീവിതത്തിന്റെ ദിശ നിർണയിക്കുന്നതിനും വായന നിർണ്ണായകമായ പങ്കുവഹിച്ചിട്ടുണ്ട്. ഇത്തരം ഒരു ജൈവപരമായ അന്തരീക്ഷം വായനശാലകളിൽനിന്നും അപ്രത്യക്ഷമാവുന്നുണ്ട്. ഡിജിറ്റലൈസേഷൻ പോലുള്ള ആധുനികസൗകര്യങ്ങൾ ഉണ്ടായിട്ടും പഴയ രീതിയിലുള്ളതുപോലെ വായനക്കാരുടെ ഒരു തള്ളിക്കയറ്റം ഇന്നുണ്ടാവുന്നില്ല. വ്യത്യസ്തതയാർന്ന വായനാശീലമുള്ളവരുടെ സജീവസാന്നിദ്ധ്യവും ഇന്നില്ല.

വായനശാലാപ്രവർത്തനങ്ങളിലൂടെയാണ് നല്ല നേതാക്കൾ ഉയർന്നുവന്നിട്ടുള്ളത്. നാടകങ്ങൾ ഉണ്ടായത് വായനശാലകൾ കേന്ദ്രീകരിച്ചാണ്. ഓരോ ഗ്രാമവും ചലനാത്മകമായത് വായനശാലകളിലൂടെയാണ്. സൈബർ ഇടങ്ങളിലും ഇ-റീഡിംഗിലും പുതിയ തലമുറ സജീവമാണ്. എന്നാൽ, വായനശാലയുമായി ബന്ധപ്പെട്ട വായനയും സാംസ്കാരികപ്രവർത്തനവും ആശയസംവാദങ്ങളും നഷ്ടമാവുന്നു.

സമീപകാലത്ത് രാവുണ്ണി എഴുതുന്ന കവിതകളിൽ വല്ലാത്ത രീതിയിലുള്ള അനുഭവങ്ങളുടെ തീക്ഷ്ണതയും ചൂടും പ്രസരിക്കുന്നുണ്ട്. ഈ കവിതയും നമ്മെ അടിമുടി സ്പർശിക്കുന്നു.

മാറ്റുദേശമഹിമ

വി.മുരളി

മാറ്റുദേശത്ത് അവധിക്കാലത്ത് എത്തിയാൽ എന്റെ ഇഷ്ട ഇടം മഹാത്മ ലൈബ്രറിയായിരുന്നു. കുട്ടിക്കാലത്ത് എന്റെ കളിപ്പാട്ടം അവിടത്തെ പുസ്തകങ്ങളായിരുന്നു. ആദ്യമായി ഞാൻ ദർശനം നടത്തിയ അക്ഷരശ്രീകോവിൽ. അവധിക്കാലത്ത് അരിമ്പൂരിലേക്ക് പുറപ്പെടും. മാറ്റുദേശത്തേക്ക് പൂള താങ്ങാൻ പോകുകയാണെന്ന കളിയാക്കൽ പതിവാണ്. കാരണവന്മാരുടെ ഭാഷയിൽ കൊപ്പക്കായ സാമ്പാറ് കൂട്ടാനും മരിയ ടാക്കീസിലെ തറയിലിരുന്ന് സിനിമ കാണാനുമുള്ള വിനോദയാത്ര.

ഒരിക്കൽ, എറവിലെത്തിയപ്പോൾ രവിച്ചേട്ടൻ പറഞ്ഞു: ഇവിടെയാണ് സി.ആർ.അരിമ്പൂരിന്റെ വീട്.

മഹാത്മാ ലൈബ്രറിയിൽ അംഗത്വമില്ലാതെയുള്ള എന്റെ അധിനിവേശസമയത്ത് അവിടെ സർവ്വാധികാരികൾ രാമൻമാഷും ശങ്കരൻകുട്ടിമാഷുമായിരുന്നു. അമ്മയോളം അടുപ്പം പിന്നീടുണ്ടായ ലീല മുത്തശ്ശി (സുമംഗല)യുടെ പഞ്ചതന്ത്രം വ്യാഖ്യാനം വായിച്ചതും മഹാത്മയുടെ കാരുണ്യത്തിലായിരുന്നു. കുട്ടിക്കാലത്ത് ലൈബ്രറി കെട്ടിടത്തിൽ പ്രവർത്തിച്ചിരുന്ന അങ്കണവാടിയെയും മറക്കാനാവില്ല. തങ്കേച്ചിയുടെ കഥയും പാട്ടും തുടർന്ന് കിട്ടുന്ന അമേരിക്കൻ ഉപ്പുമാവിന്റെ സ്വാദും മറക്കാനാവാത്ത മാറ്റുദേശത്തെ മറക്കാനാവാത്ത രുചികളാണ്.

ജീവിതത്തിൽ നടത്തിയ ഏക കളവും അവിടെവെച്ചായിരുന്നു. അരിമ്പൂരിലെ കല്യാണത്തിന് വരാൻ കഴിയാത്തതിനാൽ അമ്മ എന്റെ കൈവശം കവർ തന്നിരുന്നു. സൈക്കിൾ ചവിട്ട് പഠിച്ച് (അന്ന് മണിക്കൂറിന് 10 പൈസയാണ് സൈക്കിൾ വാടക) കല്യാണവീട്ടിലെത്തിയപ്പോൾ സദ്യ തുടങ്ങിയിരുന്നു. പന്ത്രണ്ടു കാരന്റെ മനസ്സ് നിറയെ സൈക്കിളായിരുന്നു. പിന്നെ സൈക്കിൾ (അരിമ്പൂരിലെ അക്കാലത്തെ ആകർഷകകാഴ്ചയായിരുന്നു സൈക്കിൾ യജ്ഞവും മണ്ണിനടിയിൽ മണിക്കൂറുകൾ കിടക്കു ന്നതും നൃത്തവും) ചവിട്ടാൻ പഠിച്ചു. മരിയയിൽ സിനിമ, തൃശൂ രിൽ പോയി രാധാകൃഷ്ണയിലെ മസാല. ഒരാഴ്ച വേണ്ടിവന്നു സമ്മാനക്കവറിലെ കവർച്ച മുതൽ കൈ ഒഴിയാൻ. അവധിക്കാലം കഴിഞ്ഞതോടെ തിരിച്ച് എത്തിയതിനുശേഷമുള്ള അമ്മയുടെ പുളി വാറൽ പ്രയോഗം മറക്കില്ല.

മാറ്റുദേശമാണ് വായനശാലയിലേക്കും വായനയുടെ ലോക ത്തേക്കും കൈപിടിച്ചു നടത്തിയതെന്ന് അഭിമാനത്തോടെ പറ യുന്നു. രാവുണ്ണിയേട്ടനും കവിതയുമെല്ലാം കുടുംബാംഗങ്ങളായി. കഥാപാത്രമായ ജയൻ അവണൂരും. ജയന് കൈവന്ന ഏറ്റവും വലിയ പുരസ്കാരമാണ് മാതൃഭൂമി ആഴ്ചപ്പതിപ്പിലൂടെ നമ്മുടെ പ്രിയകവി സമ്മാനിച്ചത്. വ്യത്യസ്തനാണ് താൻ എന്ന് പൊതുസമൂ ഹത്തിന് തിരിച്ചറിവ് പകർന്ന ജയന് കൈവന്ന സർവ്വീസ് ജീവിത വിരാമവേളയിലെ സ്നേഹോപഹാരം. എനിക്ക് കവി സമ്മാനി ച്ചത് ബാല്യത്തിലെ സുഗന്ധം പകർന്ന ഓർമകളും.

അരിമ്പൂരിലേക്കുള്ള യാത്ര ഇപ്പോൾ അപൂർവ്വം. അടുത്ത വരുടെ വിവാഹം, പ്രിയപ്പെട്ടവരുടെ മരണം എന്നിവയ്ക്കുള്ള തിരക്കിട്ട യാത്രയിലും മഹാത്മാ ലൈബ്രറിയും മുന്നിലെ മഹാ ത്മാവും സമ്മാനിക്കുന്നത് ഇന്നും നിറവാർന്ന നവ്യാനുഭൂതി.

ജോയിന്റ് സെക്രട്ടറി, തൃശൂർ ജില്ലാ ലൈബ്രറി കൗൺസിൽ

ഓർമകളിൽ മാറ്റുകൂടുന്ന കവിത

ബാബു തട്ടിൽ

രാവുണ്ണിയുടെ 'മഹാത്മാ ഗ്രന്ഥശാല, മാറ്റുദേശം' എന്ന കവിത മാതൃഭൂമി ആഴ്ചപ്പതിപ്പ് കൈയിൽ കിട്ടിയപ്പോൾതന്നെ വായിച്ചിരുന്നു. നാൽപതാണ്ടുകൾക്കിപ്പുറം മനുഷ്യന്റെ ജീവിതക്രമങ്ങളിൽ വന്ന മാറ്റം അടയാളപ്പെടുത്തുന്ന കവിത വലിയ ചർച്ചയാവുകയും ചെയ്തു. മഹാത്മാ ഗ്രന്ഥശാലയിലെ ലൈബ്രേറിയൻ ജയൻ അവണൂർ ഒരു ബിംബം മാത്രമല്ലെന്ന് തുടർന്ന് പത്രങ്ങളിൽ കണ്ട വാർത്താശകലങ്ങൾ മാലോകരെ ബോധ്യപ്പെടുത്തി. ജയൻ അവണൂരിന്റെ റിട്ടയർമെന്റ് വാർത്തകൾ വായിച്ചപ്പോഴാണത്. ജയൻ അവണൂരിനെ നേരിൽ പരിചയമില്ല. കവിത വായിച്ചപ്പോൾ കവിതയ്ക്കു പുറത്തുള്ള ഒരു വായനയാണ് എന്റെ മനസ്സിലൂടോടിയത്.

ഞങ്ങളുടെ മഹാനഗരം തൃശൂർ ആയിരുന്നു. ബാല്യത്തിൽ രക്ഷിതാക്കൾക്കൊപ്പമോ, വേണ്ടപ്പെട്ടവർക്കൊപ്പമോ മാത്രം പോകുന്ന സ്ഥലം. വർഷങ്ങൾക്കുശേഷം അന്തിക്കാട്ടുനിന്ന് തൃശൂരിൽ ആദ്യമായി തനിച്ചുപോയി തിരിച്ചുവന്നത് ഒരു സംഭവമാണ്. വഴിതെറ്റാതെ, തിരക്കിൽപെടാതെ ഇതെങ്ങനെ സാധിച്ചു? വളർന്നു എന്നുള്ള ബോധമൊക്കെ അങ്ങനെയാണുണ്ടാവുന്നത്.

തൃശൂരിലേക്കുള്ള യാത്രയിലെ ഒരു പടിവാതിലായി കണ്ടിരുന്നത് അരിമ്പൂരിനെയാണ്. എന്നാൽ, തൃശൂരും അരിമ്പൂരും തമ്മിൽ സാമാന്യം ദൂരമുണ്ട്. നീണ്ടുപരന്നുകിടക്കുന്ന പെരുമ്പുഴ കോൾപ്പാടങ്ങൾക്കുശേഷം കാണുന്ന പ്രധാനസ്ഥലം അരിമ്പൂർ ആയതിനാലാണിത്. ആ പടിവാതിലിന്റെ തുടക്കം റോഡിന്റെ വലതുവശത്തായി കണ്ടിരുന്ന മഹാത്മാഗാന്ധിയുടെ പ്രതിമ മുന്നിൽ നിൽക്കുന്ന മഹാത്മാ ഗ്രന്ഥശാലയായിരുന്നുവെന്നും

ഇന്നോർമിക്കുന്നു. ആകർഷകത്വം തുളുമ്പുന്ന ഒരു ചെറിയ കെട്ടിടം. ഇളംമഞ്ഞനിറമായിരുന്നു. മഹാത്മാഗാന്ധിയുടെ ആദ്യം കാണുന്ന പ്രതിമയും അതായിരുന്നു. ബസ്സിൽ തിരക്കായി പുറമേക്ക് കാണാൻ കഴിയാതിരിക്കുമ്പോൾ, ഏകദേശം അവിടെ എത്തുമ്പോൾ ഏന്തിവലിഞ്ഞ് പുറത്തേക്ക് നോക്കി മഹാത്മാ ഗാന്ധിയെയും കണ്ടു എന്നുറപ്പ് വരുത്തും. ഇന്നും അങ്ങനെ ത്തന്നെയാണ്. ആ പ്രതിമ അവിടെ അങ്ങനെത്തന്നെ ഇന്നും ഉണ്ടോ എന്നെനിക്ക് ഉറപ്പുവരുത്താൻ കഴിയുന്നില്ല. (കവിത അന്വർത്ഥം). ഞങ്ങളുടെ പരിചയത്തിലുണ്ടായിരുന്ന നക്സലൈറ്റും സുഹൃത്തുമായിരുന്ന ഒരാളുടെ വിപ്ലവപ്രവർത്തനത്തിന്റെ പ്രാരംഭം ഈ ഗാന്ധിപ്രതിമയുടെ കൈ തല്ലിയൊടിച്ചിട്ടായിരുന്നുവെന്ന് ഈയിടെ ഒരാൾ പറഞ്ഞറിഞ്ഞു. ഗ്രന്ഥശാല കഴിഞ്ഞ് ഉഷാ മാച്ച് വർക്സ്, പിന്നെ ഗോപി മാച്ചസ്, കുന്നത്തങ്ങാടി, മനക്കൊടി അങ്ങനെ പോകും തൃശൂർക്ക്.

പിന്നെ മാറ്റുദേശം, ഈ ദേശപ്പേര് എങ്ങനെ വന്നു എന്നൊക്കെ ആലോചിക്കാൻ പ്രേരണയായി കവിതാവായന. ഇന്നും അറിയില്ല. ഈ ഭാഗത്തുള്ളവർക്കൊഴിച്ച്, മറ്റു പ്രദേശക്കാർക്ക് ഈ ദേശപ്പേരിനെപ്പറ്റിത്തന്നെ അറിയാമോ എന്നറിഞ്ഞുകൂടാ. സ്ഥലനാമപ്പലകകളിലോ രേഖകളിലോ, മാറ്റുദേശം എന്ന പേര് വായിക്കാനിടയായിട്ടില്ല. കവി ഇതെപ്പറ്റി എന്തെങ്കിലും എഴുതിയാൽ സന്തോഷം.

ഇങ്ങനെയൊക്കെയാണെങ്കിലും നന്നെ ചെറുപ്പത്തിലേ മാറ്റുദേശം എന്ന ഈ സ്ഥലപ്പേര് മനസ്സിൽ പതിഞ്ഞിരുന്നു. അതിങ്ങനെയല്ലെന്നുമാത്രം. 'മാറ്റ്യേത്ത്' എന്നുള്ള പറച്ചിലാണോർക്കുന്നത്. മാറ്റുദേശം എന്നതിന്റെ ചുരുക്കമൊവണമത്. അന്തിക്കാട്ട് ഞങ്ങളുടെ കിഴക്കേവീട്ടിലെ ലക്ഷ്മിക്കുട്ടി അമ്മായി ഇടക്കിടെ പറഞ്ഞുകേട്ടാണ് 'മാറ്റ്യേത്ത്' പരിചിതമായത്. അവരുടെ ഏതോ ബന്ധുവീട് ആ ഭാഗത്തുണ്ടായിരുന്നു. അവിടെ പോകുന്നതിനാണ് "നാളെ മാറ്റ്യേത്തൊന്ന് പോകണം" എന്നും മറ്റും ലക്ഷ്മിക്കുട്ടി അമ്മായി പറഞ്ഞിരുന്നത്. ഇന്നും നാൽപതും അൻപതും വർഷങ്ങൾക്കുശേഷം യാത്രകളിൽ, കവിതയിലെ 'മാറ്റുദേശം' പിന്നിടുമ്പോൾ ലക്ഷ്മിക്കുട്ടി അമ്മായിയും 'മാറ്റ്യേത്തും' മനസ്സിൽ കയറി വരും.

ഇങ്ങനെയുള്ള വ്യക്ത്യാനുഭവപശ്ചാത്തലങ്ങളുടെ ഓർമ്മയിലും 'മഹാത്മാ ഗ്രന്ഥശാല, മാറ്റുദേശം' ഹൃദ്യമായി.

ഇനിയും പിന്നോട്ട്!

എ.നന്ദകുമാർ

മഹാത്മാ ഗ്രന്ഥശാലയിലെ ഒട്ടു മിക്കവാറും പുസ്തങ്ങൾ ഒരു കാലത്ത് വായിച്ചുതീർത്തു എന്ന സ്വകാര്യ അഹങ്കാരം മനസ്സിൽ കൊണ്ടുനടന്നിരുന്ന ഒരാളാണ് ഇത് എഴുതുന്നത്.

അരിമ്പൂർ ഗ്രാമപഞ്ചായത്തുവക ലൈബ്രറിയാണ് മഹാത്മാ കേന്ദ്ര ഗ്രന്ഥശാല. കെടുകാര്യസ്ഥതമൂലം ആ മഹദ്സ്ഥാപനം നാമാവശേഷമായി. പുസ്തകങ്ങൾ ചിതലെടുത്തു നശിച്ചു. കെ.എം.സുരേന്ദ്രൻ ഗ്രാമപഞ്ചായത്ത് പ്രസിഡണ്ടായി വന്നപ്പോൾ ദീർഘവീക്ഷണത്തോടെ നടത്തിയ പ്രവർത്തനങ്ങളിലൂടെയാണ് ഗ്രന്ഥശാലയെ വീണ്ടെടുത്തത്. രാവുണ്ണി ഗ്രന്ഥശാലയുടെ ചെയർ മാനായി. ഞങ്ങളെല്ലാം ഉത്സാഹത്തോടെ മുന്നിട്ടു പ്രവർത്തിച്ചു. ചാരത്തിൽനിന്ന് ഉയിർത്തെഴുന്നേറ്റ മഹാത്മാ ഗ്രന്ഥശാല ഉണർന്നു. അവിടേക്കാണ് ഞങ്ങൾ ജയനെ കൊണ്ടുവന്നത്.

ചിതറിക്കിടക്കുന്ന പുസ്തകങ്ങളെ ഒരു ഹെഡ്മാഷിന്റെ ഭാവ ത്തോടെ ഒതുക്കി സ്നേഹച്ചൂരലാൽ തലോടി ജയൻ അവണൂർ ഇരുത്തുമ്പോൾ വിസ്മയത്തോടെ രാവുണ്ണിയുടെ കൂടെ നോക്കി നിന്നിട്ടുണ്ട് ഞാനും മകളും.

(ജയൻമാമൻ അയച്ച കാർഡുകൾ സൂക്ഷിച്ചുവെച്ച് പുസ്തക ങ്ങൾ എടുക്കാൻ പോകുമ്പോൾ കാണിച്ച് കൊടുക്കും. അപ്പോൾ

ജയന്റെ കണ്ണുകളിൽനിന്ന് സപ്തവർണശലഭങ്ങൾ പറന്നുയരാറുണ്ട്. രാവുണ്ണിയുടെ കവിതയിലെ ഈ ഭാഗം വായിച്ചപ്പോൾ ഓർമകളുടെ ചിത്രപതംഗങ്ങൾ അവളുടെ കണ്ണുകളിൽനിന്ന് ചിറകടിച്ചുയർന്നത് ആ വരികളിലെ സത്യസന്ധതയാലാണ്.)

തുടർന്നങ്ങോട്ട് ഈ കവിത നമ്മെ നഷ്ടബോധങ്ങളുടെ കടൽച്ചുഴികളിലിട്ട് രക്ഷപ്പെടാനാവാത്തവിധം വലച്ചുകളയുന്നുണ്ട്. കവിതയിൽ വിക്ഷേപിക്കപ്പെട്ട വായനയുടെ ഭ്രമണസഞ്ചാരപഥങ്ങളിലെ അനുഭവങ്ങൾ എല്ലാം നമ്മെ നാല്പതുവർഷമെങ്കിലും പിറകോട്ട് കൊണ്ടുപോകും. 'വായനാരാത്രിയിൽ ഏഴിലംപാല പൂത്തു...' പ്രണയാനുഭവങ്ങളെ തുടർന്നു വിവരിക്കാതെ മനസ്സിനെ കാല്പനികസ്വപ്നങ്ങളുടെ ക്ഷീരപഥത്തിലേക്കുയർത്താൻ ഇനി എന്തെഴുതിയാലും അധികമാകും. അങ്ങിനെ വായിച്ച് വായിച്ച് കവിതയുടെ ഗ്രാഫിനൊപ്പം ആസ്വാദകൻ വായനയുടെ ശിലാഖണ്ഡങ്ങളുന്തി 'പൂതിരിക്കുന്നേറുമ്പോൾ' നാം പ്രതീക്ഷിക്കാത്ത ഒരന്ത്യം കാത്തുവെച്ച് കവി അസ്വസ്ഥമാർന്ന മനസ്സുമായി അവിടെ ഇരിപ്പുണ്ട്. ജയൻ അവണൂർ എന്ന ലൈബ്രേറിയന്റെ 'പുസ്തകമണമുള്ള വിരലുകളുടെ' തലോടലേറ്റ് കവി നമ്മെ കൊണ്ടുപോകുന്നത്, വായനക്കാരുടെ മനസ്സിൽ തീക്കാറ്റിളക്കി ഗ്രന്ഥശാലാഹാളിൽ ഭീകരനിശ്ശബ്ദതയുടെ നെടുമോഹനിദ്രയിലാണ്ട പുസ്തകങ്ങളിലേക്കും, പുതിയ ലൈബ്രേറിയന്റെ കമ്പ്യൂട്ടർ സ്ക്രീനിലെ മാരീചനടനങ്ങളിലേക്കുമാണ്.

ഇനിയാണ് കവിയുടെ, അല്ല കവിതയുടെ ക്രാഷ് ലാന്റിംഗ്. തെളിഞ്ഞുകിടക്കുന്ന റൺവേയിലല്ലല്ലോ ആശയങ്ങളെ ഇറക്കേണ്ടത്. കലങ്ങിമറിയുന്ന ആകാശച്ചുഴികളിലൂടെ അതിവിദഗ്ദ്ധനായ പൈലറ്റായി തീക്കാറ്റടിക്കുന്ന മനസ്സുകളിൽ ഈ കവിത ഇടിച്ചിറങ്ങുന്നു. അല്ല, 'സ്വച്ഛഭാരതം' എന്ന സൂചനാബോർഡിനരികെയാണ് യാത്രക്കാർ ഇറങ്ങുന്നത്.

ഇനി നമ്മുടെ ഊഴമാണ്. വരികൾക്കിടയിൽ ഒളിപ്പിച്ചുവെച്ചിരിക്കുന്ന സ്ഫോടകവസ്തുക്കളെ നിയന്ത്രണവിധേയമായി ആന്തരികസ്ഫോടന(Implosion)ത്തിനു വിധേയമാക്കുക. ചിതറിത്തെറിക്കുന്ന ആശയശകലങ്ങളെ കൂട്ടിച്ചേർത്ത് വീണ്ടും ഈ കവിത വായിക്കുക. ഏതു ആകൃതിയിൽ, ഏതു വീക്ഷണകോണിൽനിന്ന് വായിക്കുമ്പോഴും ഇതിലെ അടയാളവാക്യത്തിൽനിന്ന് നിങ്ങൾക്ക് തെന്നിമാറാനാകില്ല. തീർച്ച. അതാണ് രാവുണ്ണി ഈ കവിതയിൽ ഒളിപ്പിച്ചുവെച്ച മൂലമന്ത്രം.

വായനാലാബിലെ രാസപരീക്ഷകൾ

ഹരിദാസ് കെ.പി.

പുസ്തകവും വായനക്കാരനും അല്ലെങ്കിൽ എഴുത്തും വായനയും തമ്മിലുള്ള ബന്ധത്തിൽ ഒരു ലൈബ്രേറിയന്റെ പങ്ക് എന്താണ്? തൊഴിൽപരമായ വീക്ഷണത്തിൽ നോക്കുമ്പോൾ വായനക്കാരനാവശ്യമായ പുസ്തകങ്ങൾ എടുത്തുകൊടുക്കുകയും അത് ആവശ്യമായ രജിസ്റ്ററുകളിൽ രേഖപ്പെടുത്തിവെയ്ക്കുകയും വരിസംഖ്യ പിരിക്കുകയുമൊക്കെ ചെയ്യുന്ന ഒരു ഗുമസ്തപ്പണി മാത്രമാണത്. എന്നാൽ, ഏത് തൊഴിലിലും സംഭവിക്കാറുള്ളപോലെ ചിലർ ഈ അവസ്ഥയെ അതിലംഘിച്ച് പുതിയ ആകാശങ്ങൾ അന്വേഷിക്കുകയും തന്റെ ഇടത്തിൽ തനിക്കു മാത്രം സാധ്യമായ ചില ശാശ്വതമുദ്രകൾ പതിപ്പിച്ചുവെയ്ക്കുകയും ചെയ്യാറുണ്ട്. എഴുത്തിന്റെയും വായനയുടെയും ഇടയിൽ സംഭവിക്കുന്ന രാസപ്രവർത്തനത്തിന്റെ ഗതിവേഗം വർദ്ധിപ്പിക്കുന്ന രാസത്വരകങ്ങളായി അവർ സ്വയം മാറുന്നു. ഒരു വ്യത്യാസം മാത്രം. രാസത്വരകങ്ങൾ പ്രവർത്തനത്തിൽ നേരിട്ട് പങ്കെടുക്കാറില്ല.

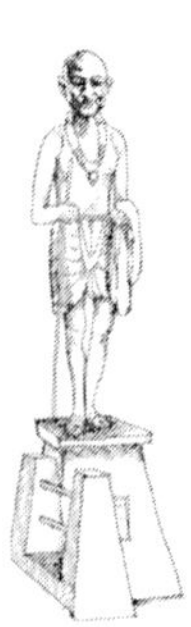

പക്ഷേ, ഇത്തരം ആളുകൾ സ്വയം ആ പ്രവർത്തനത്തിന്റെ ഭാഗമായി അതിന്റെ വേഗം മാത്രമല്ല ഗുണവും പതിന്മടങ്ങ് വർദ്ധിപ്പിക്കുന്നു. കാരയിത്രി (സ്രഷ്ടാവിന്റെ പ്രതിഭ)ക്കും ഭാവയിത്രിക്കും (ആസ്വാദകന്റെ പ്രതിഭ) ഇടയിലെ അവിഭാജ്യഘടകമാകുന്നു അയാൾ. പുസ്തകത്തിനും വായനക്കാരനും അയാൾ ഇടയിലില്ലാത്ത ഒരു ലോകം അസാധ്യമാകുന്നു എന്ന തോന്നൽ സദാ ഉണ്ടാകുന്നു.

ഈ കവിതയിൽ വായനശാലയുടെ രണ്ട് വ്യത്യസ്തകാലങ്ങളെ കൃത്യതയോടെ രേഖപ്പെടുത്തുന്നുണ്ട്. ജയൻ ലൈബ്രേറിയൻ ആയിരുന്ന കാലവും അയാൾ സ്ഥാനമൊഴിഞ്ഞ കാലവും. പ്രണയവും വിപ്ലവവും തത്ത്വചിന്തയും ന്യായവും തർക്കവും സമ്പന്നമാക്കിയ ഒരു ഭൂതകാലം. അന്ന് ആ സ്ഥാപനത്തിന്റെ ചൈതന്യം ഒട്ടുംതന്നെ ഭൗതികമായിരുന്നില്ല. അവിടെ ഇരിക്കാനുള്ളത് ഇളകുന്ന ഒരു മരക്കസേര മാത്രം. മറ്റ് സൗകര്യങ്ങളും തീരെ കുറവ്. വായനക്കാരുമായി ബന്ധപ്പെടാൻ ജയനുള്ളത് സ്വന്തം ചിത്രങ്ങൾ വരഞ്ഞ് ചേർത്ത് മനോഹരമായ കൈപ്പടയിൽ അയാൾ അയച്ച പോസ്റ്റ്കാർഡുകൾ മാത്രം. പക്ഷേ, പൂക്കൾ വണ്ടിനെ ആകർഷിക്കുംപോലെ അത് വായനക്കാരുടെ ഒരു വലിയ കൂട്ടത്തെ അവിടേക്കാകർഷിച്ചിരുന്നു. ഓരോ ദിവസവും മൂല്യവത്തായ എന്തെങ്കിലുമൊക്കെ അവിടെ സംഭവിച്ചിരുന്നു.

രണ്ടാമതായി കവിതയിൽ കാണുന്നത് ജയൻ തന്റെ പാർട്ടൈം ലൈബ്രേറിയൻ സ്ഥാനം ഒഴിഞ്ഞ ശേഷമുള്ള കാലമാണ്. ഭൗതികമായി നോക്കുമ്പോൾ വായനശാല ഒരുപാട് പുരോഗമിച്ചിരിക്കുന്നു. സ്ഥിരം ലൈബ്രേറിയൻ, കമ്പ്യൂട്ടർ അങ്ങനെ അങ്ങനെ. പക്ഷേ, അവിടെ ഒന്നുമാത്രം ഗൗരവമായി സംഭവിക്കുന്നില്ല. വായന. റഫറൻസ് പുസ്തകങ്ങൾ വായിച്ചുതീർക്കുന്നത് പല്ലികളും പാറ്റകളും. പുത്തൻമണം മാറാത്ത, വായനക്കാരന്റെ ആസ്വാദന പ്രതികരണങ്ങൾ രേഖപ്പെടുത്താത്ത മുഷിയാത്ത, ചുളിയാത്ത പുസ്തകങ്ങൾ വായിക്കപ്പെടാത്ത പുസ്തകങ്ങളാണ്.

മുഷിഞ്ഞും ചുളിഞ്ഞും മുന്നോട്ടുപോകുന്ന കെട്ടകാലത്തെയാണ് അത് അടയാളപ്പെടുത്തുന്നത്.

നിശ്ശബ്ദതയുടെ രാഷ്ട്രീയം

കെ.രാജേന്ദ്രൻ

'മഹാത്മാ ഗ്രന്ഥശാല, മാറ്റുദേശം' എന്ന കവിതയിലെ കഥാപാത്രം ജയൻ അവണൂർ കേരളത്തിലെ ഒരു മാതൃകാ ലൈബ്രേറിയൻ ആണ്. ഒരു ലൈബ്രേറിയൻ എങ്ങനെ ആകണം എന്നതിന് ജയനെപ്പോലെയാകണം എന്നാണ് പ്രൊഫഷണൽ ലൈബ്രേറിയന്മാർ ഒന്നടങ്കം പറയുന്നത്. ജയന്റെ സേവനനിരതവും കർമോത്സുകവുമായ പ്രവർത്തനം അദ്ദേഹം ജോലി ചെയ്ത ലൈബ്രറികളിലെല്ലാം പ്രകടമാണ്.

ഇതു മനസ്സിലാക്കിയ നമ്മുടെ പ്രിയകവി രാവുണ്ണി ജയൻ ലൈബ്രേറിയനായിരുന്ന ലൈബ്രറിയിലെ അദ്ദേഹത്തിന്റെ പ്രവർത്തനവും ഇപ്പോഴത്തെ ലൈബ്രേറിയന്റെ പ്രകടനവും നമുക്ക് മനസ്സിലാക്കിത്തരുന്നു. ഒപ്പം, 40 കൊല്ലംകൊണ്ട് നമ്മുടെ നാട്ടിൽ ഉണ്ടായ മാറ്റവുമാണ് കവി നമ്മെ ബോധ്യപ്പെടുത്തുന്നത്. ഒരു കാലഘട്ടത്തിന്റെ ചരിത്രം ഈ കവിതയിലൂടെ കവി വരച്ചുകാട്ടുന്നു.

ജയൻ ലൈബ്രേറിയൻ ആയിരുന്നപ്പോൾ ചങ്ങമ്പുഴയും, നാരായണഗുരുവും മാർക്സും ഗാന്ധിയും യുവത്വത്തെ എങ്ങിനെയെല്ലാം സ്വാധീനിച്ചിരുന്നു എന്ന് കവി പറയുന്നു. ഇന്നത്തെ ലൈബ്രേറിയനായ സുസ്മിതാ ഹരൻ ചക്രക്കസേരയിൽ ഇരുന്ന് കോട്ടുവായിടുന്നു. ഗ്രന്ഥശാലാഹാളിൽ ഭീകരനിശ്ശബ്ദത, തുന്നൽ പൊട്ടാത്ത, പുതുമണം മായാത്ത പുസ്തകങ്ങൾ. പുസ്തകങ്ങളുടെ ഒരു പേജിലും വായനക്കാരുടെ അഴുക്കും മഷിയും പുരണ്ടിട്ടില്ല.

കാലഘട്ടത്തിന്റെ മാറ്റത്തിലുള്ള അന്തഃസംഘർഷം കവി നമുക്കു മുന്നിൽ തുറന്നുകാട്ടുന്നു.

മുൻ ലൈബ്രേറിയൻ, കേരള സാഹിത്യ അക്കാദമി

ഗ്രാമീണലൈബ്രറികളുടെ മഹത്വം

കുഞ്ഞികൃഷ്ണൻ

മാറ്റുദേശത്തെ മഹാത്മാ ഗ്രന്ഥശാലയിൽനിന്ന് കവി ഒരു കവിതാഗ്രന്ഥവുമായി തിരികെപ്പോയി. ദൃശ്യചാരുതയുടെ മാരീചനടനങ്ങളിൽ ഊളിയിട്ട് സ്വപ്നലോകങ്ങളിൽ വിഹരിച്ച് ചന്തംകെട്ടി, ചന്ദനമണം നഷ്ടപ്പെട്ട്, സുസ്മിതാ ഹരൻ ഇരിക്കുന്ന ലൈബ്രറിയിൽനിന്ന് രാവുണ്ണി ഇറങ്ങിപ്പോവുകയായിരുന്നു. ആധുനികലൈബ്രറികളിൽനിന്ന് വായനക്കാർ ഇറങ്ങുകയും പരിപാലകർ ഉറങ്ങുകയും ചെയ്യുന്ന മാറ്റുദേശങ്ങളെ അടയാളപ്പെടുത്തുകയും നല്ല ഉദ്യാനപാലകരുള്ള കൈവിരലുകൾക്ക് പുസ്തകമണമുള്ള പാലകരെ ആവശ്യപ്പെടുന്ന ഒരു കാലത്തിന്റെ ശരിമകളിലേക്ക് നമ്മെ എത്തിക്കുകയും ചെയ്യുന്ന ഒരു ഗ്രന്ഥശാല സ്വപ്നംകാണുകയാണ് കവി ചെയ്യുന്നത്.

ഷെൽഫുകൾ അകത്ത് ഉറങ്ങുകയും അനുവാചകന്റെ കാലൊച്ച, കൈത്തലോടൽ അനുഭവിക്കുമ്പോൾ ഉണരുകയും അവരുടെ നൊമ്പരമായോ, വികാരമായോ വളരാൻ കഴിയുകയും ചെയ്യുന്ന ജീവനുള്ള നിർജീവവസ്തുക്കളുടെ പരിപാലനം. എത്രയെത്രയാളുകളാണ്, ചുറ്റിലും ആയിരത്താണ്ടുകൾക്കുമുമ്പ് ജീവിച്ച് സ്വന്തം ചിന്തകളും പ്രവർത്തനങ്ങളും അവശേഷിപ്പിച്ച് ജീവിച്ചിരിക്കുന്നവരുടെ ചിന്തയിൽ കടന്നുകൂടാൻ വെമ്പൽ കൊണ്ട് നിർജീവമായിരിക്കുന്നവ. തന്റെ വിരലുകൾകൊണ്ട് അവയെ തൊട്ടുതലോടാനും അവരോട് സംസാരിക്കാനും കഴിയുന്ന അവണൂർ ജയപ്രകാശ് എന്ന ലൈബ്രേറിയനെ കവി അവതരിപ്പിക്കുന്നു.

സൂക്ഷ്മത്തിൽനിന്നും സ്ഥൂലത്തിലേക്കും തിരിച്ചും നടന്നു പോകാൻ കഴിയുന്ന വിചാരപ്രപഞ്ചം. കൊച്ചുകുട്ടികൾമുതൽ വന്ദ്യവയോധികർവരെ വന്നും പോയുമിരിക്കുന്നിടം. മനുഷ്യ

ഭാവനയുടെ ചിത്രശലഭങ്ങൾ വിഹായസ്സിൽ നടനംചെയ്യുന്ന അക്ഷരപ്പൂന്തോട്ടം. തീക്കുണ്ഡങ്ങൾക്ക് ചുറ്റുമിരുന്ന് തീകായുകയും തണുപ്പകറ്റാൻ ഭാഷയിലെ വാക്കുകൾക്ക് സംഗീതത്തിന്റെ ചാരുത കലർത്തി ഭാവനയുടെ ചിറകുകളിലൂടെ സഞ്ചരിച്ച അനാദികാലത്തിന്റെ, ഒരാളിൽനിന്ന് പലയാളുകളിലേക്ക് പാടിപ്പതിഞ്ഞ പാട്ടുകൾ, ശബ്ദഭാഷയിൽനിന്ന് വരയിലേക്ക്, എഴുത്തിലേക്ക് സംക്രമിക്കപ്പെട്ടത്, വാമൊഴിയിൽനിന്ന് വരമൊഴിയായി പാപ്പിറസിൽനിന്ന് പേപ്പറുകളായി പരിണമിച്ച് പുസ്തകങ്ങളായി. എൻ.വി.യുടെ പുസ്തകകവിതയായി. രൂപഭേദം വന്ന്, ഭാവഭേദത്തിലൂടെ അക്ഷരനഗരിയായി, ഗ്രന്ഥശാലയായി.

കിളിമൊഴിയും കളമൊഴിയും താണ്ടി, പരുഷതയെ സുസ്നിഗ്ദ്ധമാക്കിടും ഇറയത്തിരുന്നു പാടുന്ന കവിതവരെ, സൂരിനമ്പൂതിരിമുതൽ റെയിൽവേസ്റ്റേഷൻമാസ്റ്റർ രാമചന്ദ്രൻവരെ, ഓടയിൽനിന്നും, തോട്ടിയിൽനിന്നും, പോക്കറ്റിക്കാരനിൽനിന്നും, വേശ്യയിൽനിന്നും, ശബ്ദിക്കുന്ന കലപ്പകളായി രൂപാന്തരപ്പെട്ടു എത്രയെത്ര മനുഷ്യായുസ്സുകളെ തന്റെ നിറകണ്ണുകൾക്കൊണ്ട് കണ്ട് മനുഷ്യന് ആമുഖം വരച്ചുചേർക്കാൻ കഴിയുന്ന തക്ഷൻകുന്ന് സ്വരൂപങ്ങൾ ആ തട്ടകത്തിലുണ്ട്. മനുഷ്യജന്മത്തിന്റെ പൊരുളും ഉയിരും അന്വേഷിച്ചിറങ്ങിയ പൂർവ്വസൂരികൾ. ചിതയായിമാറുമ്പോഴും ചുറ്റും വെളിച്ചംപരത്തി ഒടുവിൽ ചെറുപുൽക്കൊടിക്കും വളമായി മാറിപ്പോകുന്ന അനശ്വരജന്മങ്ങളിൽ ഒരു പുരുഷായുസ്സുകൊണ്ട് നടന്നുതീർക്കാനാവാത്ത യാത്ര.

എവിടെനിന്ന് തുടങ്ങണം എന്നോ, എവിടെ അവസാനിക്കുമെന്നോ പറയാനാവാത്ത ഭൂഗോളത്തിന്റെ ദൃശ്യചാരുതകൾ കഥയുറങ്ങുന്ന വഴികളിലൂടെ കേരളത്തിലെ ആഫ്രിക്കയും അമേരിക്കയും കണ്ട് ഹൈമവതഭൂവിലൂടെ സിംഹഭൂമിയിലൊക്കെ പോയിവരാൻ കഴിയുന്ന യാത്രയുടെ കസേര കൂടിയാണിത്. പരമാണുവാദപ്പൊരുളിൽനിന്ന് ബ്യൂഗിളിൽ സഞ്ചരിച്ച് ഹോമോദീയൂസിൽ എത്തിച്ചേരാൻ കഴിയുന്ന യാത്രക്കാരൻ. അസ്വതന്ത്രമായി ജീവിക്കുമ്പോഴും സ്വാതന്ത്ര്യത്തിന്റെ നാനാവർണ്ണപ്പട്ടങ്ങൾ വിഹായസ്സിൽ പറത്തിയിടാൻ കഴിയുന്ന ജന്മമാകുക, ലൈബ്രേറിയനാകുക. മനസ്സേ... സ്വസ്തി.

നമുക്ക് നേരെ ചൂണ്ടുന്ന ഒരു വിരൽ

മിനി രാജേഷ്

ഒരിക്കൽ, ജീവിതത്തിന്റെ ഭാഗമായിരുന്ന മഹാത്മാ ഗ്രന്ഥശാലയിലേക്ക് ഒരു ഭൂതകാലസഞ്ചാരം നടത്തുകയാണ് കവി. ഗ്രന്ഥശാല വിദ്യാലയമായും പുസ്തകങ്ങളെ കുട്ടികളായും ലൈബ്രേറിയനെ ഏകാധ്യാപകനായും കവിമനസ്സ് കാണുകയാണ്. പുസ്തകം വാങ്ങുന്നതുമുതൽ വിതരണംചെയ്യുന്നതുവരെയുള്ള എല്ലാ കാര്യങ്ങളും യാതൊരു പരിഭവവുമില്ലാതെ, സന്തോഷത്തോടെ ചെയ്തുതീർക്കുന്ന ലൈബ്രേറിയനും പുസ്തകങ്ങളും തമ്മിൽ ആത്മബന്ധം ഉടലെടുക്കുന്നുണ്ട്. കവി പറയുന്നതുപോലെ എല്ലാ ലൈബ്രേറിയന്മാരും ഗ്രന്ഥശാല എന്ന ഏകാധ്യാപകവിദ്യാലയത്തിലെ അധ്യാപകരാണ്. കലാസാംസ്കാരിക പരിപാടികളും ആശയസംവാദങ്ങളും കവിയരങ്ങുകളും പ്രാദേശികവികസനചർച്ചകളുംകൊണ്ട് ശബ്ദമുഖരിതമായിരിക്കണം അന്നത്തെ ഗ്രന്ഥശാല.

വർഷങ്ങൾക്കുശേഷം കവി ഗ്രന്ഥശാലയിൽ ചെല്ലുമ്പോൾ, അവിടെ തളംകെട്ടിനിന്ന നിശ്ശബ്ദത കവിയിൽ മടുപ്പും നിരാശയും ഉളവാക്കുന്നു. പുസ്തകങ്ങൾ ഉറക്കത്തിലാണ്. വായനക്കാർ ആരുമെത്തുന്നില്ല. പുതിയകാലത്തെ ലൈബ്രേറിയൻ അലസഭാവത്തിലാണ്. കവിക്ക് അതു പറയാൻ ന്യായമുണ്ട്. എന്തെന്നാൽ കവിയുടെ മനസ്സിലെ ലൈബ്രേറിയന്റെ മുഖം ജയപ്രകാശ് അവണൂരിന്റേതാണ്. അയാളുടെ അർപ്പണമനോഭാവവും ഇടപെടൽരീതിയും കവിയിൽ ഒരു സ്നേഹക്കൂട് ഒരുക്കുന്നുണ്ട്. അതുകൊണ്ടാണ് ഗ്രന്ഥശാലാഹാളിലെ ഭീകരനിശ്ശബ്ദത കവിക്ക് അസഹനീയമാവുന്നത്.

കവിത വായിച്ച് അധികൃതർക്ക് ബോധോദയമുണ്ടായെങ്കിൽ എന്നു നമുക്ക് ആശിക്കാം.

മാറ്റുവാനാകുമോ
മാറ്റുദേശങ്ങളെ?

ബിന്ധ്യ ടി.കെ.

പ്രതീക്ഷക്കൊത്ത് ഉയരാത്ത എഴുത്തുകാരന് വധശിക്ഷ വിധിക്കാൻ കെല്പുള്ളവരാണ് വായനക്കാർ! അവരേക്കാൾ സർഗവൈഭവത്തിൽ ഒട്ടെങ്കിലും മികച്ചുനിൽക്കാത്തൊരാളെ എഴുത്തിന്റെ വഴിയിൽനിന്ന് വെട്ടിനീക്കാനുള്ള ആർജവമുള്ളവർ! പ്രിയവും അപ്രിയവുമായ സത്യങ്ങൾ പച്ചയായ ഭാഷയിൽ വിളിച്ചുപറയാൻ മടിയില്ലാത്തവർ! കലതന്നെ ജീവിതം... എഴുത്തുതന്നെ ജീവിതം... വായനതന്നെ ജീവിതം... എന്ന മട്ടിൽ പുസ്തകങ്ങളിൽനിന്ന് ഹൃദയത്തിലേക്കും മസ്തിഷ്കത്തിലേക്കും ഭാവന ഒഴുകിപ്പരന്ന് പ്രണയികളും വിപ്ലവകാരികളും ഉന്മാദികളും സൃഷ്ടിക്കപ്പെട്ടു. അക്ഷരങ്ങളിലൂടെ ആവാഹിച്ച മഹാഗുരുക്കന്മാരുടെ ശിഷ്യസഞ്ചയം, കവിതയിലെഴുതിയതുപോലെത്തന്നെ.

പ്രായേണ സമൂഹത്തെ നിഷ്ക്രിയത്വത്തിലേക്ക് പരുവപ്പെടുത്തുന്ന ചുറ്റുപാടുകളുടെ സമ്മർദ്ദം, ഭരണകൂടനിർബന്ധബുദ്ധികൾ, പിൻവലിയുന്ന ബൗദ്ധികത... കാറ്റു കടക്കാത്ത ചില്ലലമാരകളിൽ തലച്ചോറ് സൂക്ഷിക്കാൻ വിധിക്കപ്പെട്ടവരുടെ ലൈബ്രേറിയനും ലൈബ്രറിയും കൃത്രിമമായ സൗന്ദര്യവൽക്കരണത്തോടെയും ദയാരഹിതവും നിർവികാരവുമായ ഭാവഹാവാദികളോടെയും വൃത്തിയോടെയും, വെടിപ്പോടെയും എന്നാൽ, അനാഘ്രാതമായ അറിവുകളോടെയും വിശ്രമിക്കുന്നിടത്ത് 'മഹാത്മാ ഗ്രന്ഥശാല, മാറ്റുദേശം' എന്ന കവിത വർണശബളമായ പുറംചട്ടയ്ക്കുള്ളിലെ വെളുവെളുത്ത പേജുകളെ ചോദ്യംചെയ്യുന്നു. അഭിപ്രായങ്ങളുടെ മഷിയും അഴുക്കും മലിനപ്പെടുത്താത്ത സാമാന്യജനതയുടെ കൈയൊപ്പില്ലാതെ സ്വച്ഛഭാരതം എത്ര കണ്ടു മുന്നോട്ടെന്ന പുച്ഛസ്വരത്തിന്റെ വ്യാക്ഷേപകത്തിൽ രാവുണ്ണിയുടെ കവിത സമരം തുടങ്ങുന്നു.

ഇനി വിചാരണയാണ്...

എന്തിന് പുരസ്കാരങ്ങൾ?

ജയൻ അവണൂർ

ലൈബ്രറി സയൻസ് കോഴ്സ് കഴിഞ്ഞ്, ജോലിയില്ലാതെ, പത്തിന്റെ വരുമാനമില്ലാതെ, ഫുൾടൈം പൊതുപ്രവർത്തനവുമായി നടന്നിരുന്ന 2002 കാലഘട്ടത്തിൽ രാവുണ്ണിയാണ് എന്നെ അരിമ്പൂർ ഗ്രാമപഞ്ചായത്ത് മഹാത്മാ ഗ്രന്ഥശാലയിലേക്ക് കൊണ്ടുപോയത്. ലൈബ്രേറിയനായി സമ്പന്നമായ രണ്ടു വർഷങ്ങൾ. ലൈബ്രറി സയൻസ് കോഴ്സിൽ പഠിച്ച കാര്യങ്ങൾ പ്രാവർത്തികമാക്കാൻ എനിക്ക് കിട്ടിയ ആദ്യ ഇടം.

ഏറെ നാളുകൾ പണിപ്പെട്ടാണ് കുഴഞ്ഞുമറിഞ്ഞു കിടന്നിരുന്ന മഹാത്മാ ഗ്രന്ഥശാലയെ നവീകരിച്ച് വായനക്കാർക്ക് തുറന്നു കൊടുത്തത്. നവീകരണപ്രവർത്തനങ്ങളിൽ ഉടനീളം കവിയുടെ നിതാന്തജാഗ്രതയും ഇടപെടലും ഉണ്ടായിരുന്നു. പിന്നീട് അവിടെ വായനയുടെ വസന്തമാണ് പൂവണിഞ്ഞത്. ഒരുപാട് സൗഹൃദങ്ങളും ഇതൾ വിരിഞ്ഞു.

അരിമ്പൂർ ഗ്രാമപഞ്ചായത്ത് പ്രസിഡണ്ട് കെ.എം.സുരേന്ദ്രൻ ഗ്രന്ഥശാലയുടെ നവീകരണപ്രവർത്തനങ്ങളിൽ ആത്മാർത്ഥമായി നിലകൊണ്ടു. പഞ്ചായത്തിന്റെ പദ്ധതിയിൽ തുക വകയിരുത്തി. ശാസ്ത്രസാഹിത്യ പരിഷത്ത് പ്രവർത്തകർ, പുരോഗമന കലാസാഹിത്യസംഘം പ്രവർത്തകർ, പിന്നെ കെ.എം.ഗോപീദാസൻ, നന്ദൻ, അനിൽ പരയ്ക്കാട്, റോജൻ, റോബൻ, പ്രിയടീച്ചർ, രാജി, വിജയൻ കളരിക്കൽ, പ്രശാന്ത്, ബാബുരാജ് അങ്ങനെയങ്ങനെ ഒട്ടനവധി മുഖങ്ങൾ കവിത വായിച്ചപ്പോൾ മനസ്സിൽ മിന്നിമറഞ്ഞു. മലയാളത്തിന്റെ പ്രിയപ്പെട്ട കവിയിൽനിന്ന് ഞാനൊരു കവിതയാകുക, അത് മലയാളത്തിലെ മുഖ്യപ്രസിദ്ധീകരണങ്ങളിൽ ഒന്നായ മാതൃഭൂമി ആഴ്ചപ്പതിപ്പിൽ വരിക. അതെ, അമ്പരപ്പും അത്ഭുതവും ഇപ്പോഴും വിട്ടുമാറിയിട്ടില്ല.

ഒരുപാട് സുഹൃത്തുക്കൾ കവിത വായിച്ച് വിളിച്ചു. ഞങ്ങൾ എല്ലാവരും തന്നെയാണ് ആ കവിതയിൽ എന്ന് അവർ പറഞ്ഞു.

കവിതയിൽ ഒരു ഗ്രന്ഥശാല ജ്വലിച്ചുനിൽക്കുന്നത് ഗ്രന്ഥശാലാ പ്രവർത്തകരുടെ ആവേശത്തെ വാനോളമുയർത്തി.

കേരള സാഹിത്യ അക്കാദമി പ്രോഗ്രാം കോ-ഓർഡിനേറ്റർ ടി.പി.ബെന്നി ഒരു ഫോൺ സംഭാഷണത്തിൽ പറഞ്ഞു. നിന്റെ റേഞ്ച് ഇപ്പോൾ വേറൊരു തലത്തിൽ വന്നിരിക്കുകയാണ്-രാവുണ്ണിയുടെ കവിത വന്നതിനുശേഷം...

കൊടകര ഗ്രാമപഞ്ചായത്ത് കേന്ദ്ര ഗ്രന്ഥശാലയിലെ പതിനേഴ് വർഷത്തെ ലൈബ്രേറിയൻ ജോലിയിൽനിന്ന് വിരമിക്കുന്നതിന് തൊട്ടുമുൻപാണ് ഈ കവിത വന്നത്. കൊടകരയിലെ സൗഹൃദ വലയത്തിൽ പലർക്കും അരിമ്പൂർകാലം പുതിയ അറിവായിരുന്നു.

ഇനി ലൈബ്രേറിയന് എന്തിന് മറ്റൊരു യാത്രയയപ്പ്? സമ്മാനങ്ങൾ? ഈ കവിത മാത്രം മതി. വൈകിയ വേളയിൽ കവിതയെക്കുറിച്ച് ചർച്ച സംഘടിപ്പിക്കാൻ പറ്റാത്ത നിരാശയിൽ അവർ ചെറുസന്ദേശങ്ങൾ അയച്ചുതന്നു. കൊടകരയിലെ ഒരു സുഹൃത്ത് അയച്ച സന്ദേശം ഇങ്ങനെയാണ്:

'സ്ഥലകാലങ്ങൾക്കേ മാറ്റം വന്നിട്ടുള്ളൂ. അരിമ്പൂർ ഗ്രാമപഞ്ചായത്ത് ഓഫീസിനുമുന്നിൽ ബസ്സിറങ്ങുന്ന അവണൂർ ജയപ്രകാശ് എന്ന ജയൻ അവണൂർ പിന്നെ ഞങ്ങളുടെ കൊടകര സ്റ്റോപ്പിലാണ് വന്നിറങ്ങിയത്. അതൊരു ഓട്ടംതന്നെയായിരുന്നു. കൊടകര ഗ്രാമപഞ്ചായത്ത് കേന്ദ്ര ഗ്രന്ഥശാലയിലേക്ക്. ആ ഓട്ടം പതിനേഴുവർഷക്കാലം ഞങ്ങൾക്കേകിയത് വായനയുടെ പൂക്കാലം, സാംസ്കാരികസമന്വയത്തിന്റെ നിറനിലാവ്, സൗഹൃദത്തിന്റെ ഈറൻതെന്നൽ... വിരലുകളിൽ പുസ്തകമണവുമേന്തി, തപാൽ കാർഡുകളയച്ച് ലൈബ്രേറിയൻ കൊടകരയിൽ സൃഷ്ടിച്ചത് മറ്റൊരു മായികലോകം.'

ഒരു ജോലി നൽകി എന്റെ ജീവിതത്തിന് വഴിത്തിരിവ് സൃഷ്ടിച്ചു രാവുണ്ണി. ഇപ്പോൾ ഒരൊറ്റ കവിതകൊണ്ട് എനിക്ക് ഒരു പ്രപഞ്ചത്തെ പകർന്നുതന്നു.

അതിജീവനത്തിന്റെ മാറ്റുദേശങ്ങൾ

ഈ.ഡി.ഡേവീസ്

വായന ആവശ്യമില്ലെന്ന് കൽപിക്കുന്ന ഒരു കാലത്തിന്റെ സാക്ഷാത്ക്കാരമാണ് സ്വച്ഛഭാരതം. മലയാളത്തിന്റെ പ്രിയകവി കളിലൊരാളായ രാവുണ്ണിയുടെ 'മഹാത്മാ ഗ്രന്ഥശാല, മാറ്റു ദേശം' എന്ന കവിത പൂർത്തിയാകുന്നത് ഇങ്ങനെയാണ്.

ഗ്രന്ഥശാലാഹാളിൽ ഭീകരനിശ്ശബ്ദത
പുസ്തകങ്ങൾ നെടുമോഹനിദ്രയിൽ.

ഒരു കവിതാഗ്രന്ഥമെടുത്തുപോന്നു
തുന്നൽ പൊട്ടിയിട്ടില്ല
പുതുമണം മാഞ്ഞിട്ടില്ല
വെളുത്ത വെളുത്ത പേജുകൾ
വർണശബളം ചട്ട
ഒരു പേജിലും വായനക്കാരുടെ
മഷിയും അഴുക്കും പുരണ്ടിട്ടില്ല.

സ്വച്ഛഭാരതം!

കവിത വായിക്കപ്പെടാത്ത കാലം. പുസ്തകങ്ങൾ ഇപ്പോൾ ലോകസഞ്ചാരം ചെയ്യുന്നില്ല. അഴുക്കും അവശതയും ഊന്നു വടിയും ഉണ്ടെങ്കിലും സാക്ഷാൽ ഗാന്ധി ഇപ്പോഴും കാവൽ ഭടനായി അവിടെയുണ്ട്. ഗ്രന്ഥശാലകൾ ചലനാത്മകമായിരുന്ന കാലത്താണ്, പുസ്തകങ്ങൾ റാക്കുകളിൽ നിന്നിറങ്ങി ജനമധ്യ ത്തിലേക്ക് സഞ്ചരിച്ച കാലത്താണ് കേരളത്തിൽ പൊതുമണ്ഡലം വികസിച്ചത്. ലൈബ്രറികളുടെ സാംസ്കാരികചരിത്രത്തിൽ

വളരെ പ്രധാനംതന്നെയാണ് 1980-കൾവരെയുള്ള കാലം. അന്നവിടെ മാരീചനടനങ്ങളുടെ ദൃശ്യചാരുത സ്ക്രീനിൽ തെളിയാറില്ല. അലമാരയിൽ ഇരിക്കുന്ന ഓരോരോ പുസ്തകങ്ങളും ആരെയൊക്കെയോ മാടിവിളിക്കുന്ന കാലമാണ്. അവർക്ക് ലൈബ്രേറിയനുമായി സംവാദത്തിനുള്ള ഇടമാണത്. ലൈബ്രറി പുസ്തകങ്ങളുടെ തടവറയായിരുന്നില്ല. പുസ്തകങ്ങൾ സ്വയം കത്തിയെരിയുന്ന സുസ്നേഹമൂർത്തികളാണ്.

ഓരോ പുസ്തകവും കൈയിലെടുത്ത്
തലോടും, കുശലം ചോദിക്കും.
ഒന്നാം ക്ലാസിലെ കുട്ടികളെപ്പോലാണവർ
കലപില, പരാതി, ബഹളം, പൊട്ടിച്ചിരി
ഏകാധ്യാപവിദ്യാലയത്തിലെ
സ്നേഹച്ചൂരലേന്തിയ മാഷായി
ജയൻ വിലസി.

ലൈബ്രേറിയനുമുന്നിൽ പുസ്തകങ്ങൾ ശിശുസഹജമായ നിഷ്കളങ്കതയോടെ നിലകൊള്ളുന്നു. വായനയുടെ വസന്തകാലം കേരളത്തിലെ ഗ്രാമീണ ലൈബ്രറികളിൽനിന്ന് പോയിത്തുടങ്ങിയത് 1980-കൾക്കുശേഷമാണ്. കേരളത്തിന്റെ സാംസ്കാരിക ചരിത്രത്തിൽനിന്ന് നവോത്ഥാനമൂല്യങ്ങളുടെയും ആശയങ്ങളുടെയും പിന്മടക്കം ആരംഭിച്ചത് അന്നാണോ?

ലിപ്സ്റ്റിക്കും, നെയിൽപോളിഷും, റോസ്പൗഡറും ശരീരത്തെ അണിയിച്ച് എയർകണ്ടീഷൻ റൂമുകളിലെ ചക്രക്കസേരയിൽ ഇരുന്ന് കമ്പ്യൂട്ടറിലേക്കുതന്നെ നോക്കിക്കൊണ്ടിരുന്ന് കോട്ടുവായിടുന്നവരുടെ കാലമാണ്. പുസ്തകത്തോടല്ല സഹവാസം യന്ത്രത്തോടാണ്. ഇന്ന് സുസ്മിതാ ഹരന്മാരെപ്പോലുള്ള ജീവനക്കാരുടെ കാലമാണ്. ഗ്രാമീണലൈബ്രറികളുടെ ദുരന്തം മാത്രമല്ലിത്. സാമൂഹ്യപ്രതിജ്ഞാബദ്ധമായ സേവനത്തിന്റെ കാലമല്ലിത്. ഓരോരോ അഭ്യസ്തവിദ്യരും ചെന്നുചേക്കേറാൻ ആഗ്രഹിക്കാത്തിടത്ത് എത്തിപ്പെടുന്നു. തന്റേതല്ലാത്ത ജീവിതം പൊതുമണ്ഡലത്തിലും പ്രത്യേകിച്ച് തൊഴിലിടത്തിലും അരങ്ങേറുന്ന കാലമാണിത്. എല്ലാ ഭൗതികസൗകര്യങ്ങളുമുണ്ട്. പക്ഷേ, ഒന്നുമാത്രമില്ല. നേർദിശയിലുള്ള സഞ്ചാരമില്ല. വെളുക്കെച്ചിരിക്കാൻ തയ്യാറെടുത്ത് സ്വയം വിഡ്ഢിയായി തീരുന്നവരുടെ കാലമാണിത്. 'മഹാത്മാ ഗ്രന്ഥശാല, മാറ്റുദേശ'ത്തിന്റെ ഇന്നത്തെ ദൃശ്യങ്ങൾ ഓർമപ്പെടുത്തുന്നത് ഇതാണ്.

ഇരുണ്ട കാലത്തോടും ഇരുണ്ട ആശയലോകത്തോടുമുള്ള പ്രതിരോധപാരായണങ്ങളാണ് രാവുണ്ണിക്കവിത. അത് ജീവിത വീക്ഷണത്തിലും സാഹിത്യവീക്ഷണത്തിലും മാനവികപക്ഷത്ത് നിറഞ്ഞുനിൽക്കുന്നു. ശൂന്യതാബോധം രാവുണ്ണിക്കവിതയിൽ കാണില്ല. മഹാമാരിയുടെ ഇക്കാലവും കടന്നുപോകും എന്നുറക്കെയുറക്കെ വിളിച്ചുപറയുന്ന കർമ്മനിരതനായ ഒരു മനുഷ്യന്റെ വേവലാതികളാണ് രാവുണ്ണിക്കവിതയുടെ അടരുകൾ. പുതിയ കാലത്തിന്റെ സംഘർഷങ്ങൾ ഏറ്റുവാങ്ങി തോൽക്കുന്ന മനുഷ്യർക്കൊപ്പം സഞ്ചരിക്കുകയാണ് കവി.

ഇവിടെ, നാൽപതാണ്ടുകൾക്കിപ്പുറം പുസ്തകങ്ങളാണ് തോറ്റുപോയത്. ഗാന്ധിയാണ് തോറ്റുപോയത്. എന്നാൽ, 2018-നുശേഷം രാവുണ്ണിക്കവിത കേരളീയ കവിതാമണ്ഡലത്തേയും കൈപിടിച്ചുയർത്തുകയാണ്. പ്രകൃതിപ്രളയത്തിലും മഹാമാരിയുടെ പ്രളയത്തിലും മുങ്ങിത്താഴുന്നതല്ല മുങ്ങിനിവരുന്നതാണ് രാവുണ്ണിക്കവിത എന്നു സഹൃദയർ അറിയുന്നുണ്ട്. അതൊരേസമയം ചരിത്രത്തിലേക്കും വർത്തമാനത്തിലേക്കും ഒരു ക്ലോക്കിന്റെ പെൻഡുലം പോലെ ഇടത്തോട്ടും, വലത്തോട്ടും സഞ്ചരിച്ച് സമാലോചനകളെ സാധ്യമാക്കുന്നു.

മാറ്റുദേശത്തെക്കുറിച്ച് ഈയിടെ ഒരു ഡസൻ കഥാകവിതകളെങ്കിലും രാവുണ്ണിയുടേതായി വന്നിട്ടുണ്ട്. കവിതയിൽ ദേശത്തെ എഴുതുന്ന പ്രവണത ഇതുവരെയും ശക്തമായി കണ്ടിട്ടില്ല. എന്നാൽ, അടുത്തകാലത്ത് കവിതയിലൂടെ അത് സംഭവിച്ചിരിക്കുന്നു. രാവുണ്ണിയുടെ കണ്ണി, കല്ലു, പുരുഷു, മാറ്റുദേശത്തെ കല്ലെഴുത്തുകൾ, ആൽമാവ് മുതലായ കവിതകളിൽ ആരാരും രേഖപ്പെടുത്താതെ, എവിടെയും അടയാളപ്പെടുത്താതെ പൊലിഞ്ഞുപോയ നാട്ടുജീവിതങ്ങളുടെ തുടിതാളമുണ്ട്. അത്തരം കവിതകളിലെല്ലാം കരുണയുടെയും ആദിമമായ അനുരാഗത്തിന്റെയും കാവ്യാത്മകമായ നിരവധി ബിംബങ്ങളുണ്ട്. സ്നേഹിച്ചു തീരാതെയും സ്നേഹം കിട്ടാതെയും വിയർപ്പൊഴുക്കി ഒടുങ്ങിപ്പോയ സാധാരണമനുഷ്യരുടെ സ്വത്വങ്ങളുണ്ട്.

സത്യോത്തരകാലത്ത് ദേശത്തെ എഴുതുക എന്നുള്ളതിന് വർധിച്ച പ്രാധാന്യമുണ്ട്. ഏകതാനമായ ജീവിതസങ്കൽപങ്ങളെ അടിച്ചേൽപ്പിക്കുന്ന കാലത്ത് പ്രദേശങ്ങൾക്കും പ്രാദേശിക സാംസ്കാരികജീവിതമുദ്രകൾക്കും ഇടം നൽകുന്ന ആവിഷ്കാരങ്ങൾ സാംസ്കാരികരാഷ്ട്രീയദൗത്യമാണ് നിർവ്വഹിക്കുന്നത്.

കവിതയിൽ വൈകിയാണെങ്കിലും ദേശത്തെക്കുറിച്ചുള്ള എഴുത്തുകൾ ഉണ്ടാക്കിയെന്നുള്ളതിൽ കവി രാവുണ്ണിക്ക് അഭിമാനിക്കാവുന്നതാണ്.

അരിമ്പൂരിനെക്കുറിച്ച് ഒരുപാട് നാടോടിക്കഥകൾ കേട്ടിട്ടാണ് എന്റെ നാടും നാട്ടുജീവിതത്തിന്റെ ഹരിതമുദ്രകൾ ഏറ്റുവാങ്ങിയിട്ടുള്ളത്. പണ്ടേക്കുപണ്ടേ സമ്പന്നമായ കാർഷികസംസ്കാരമുള്ള ഒരു നാടായതുകൊണ്ടാകാം അരിമ്പൂരിനെക്കുറിച്ചുള്ള കഥകൾ പ്രചരിച്ചുവന്നത്. തികച്ചും സാധാരണമനുഷ്യരുടെ ജീവിതത്തെ വക്രീകരിച്ച് കാണിക്കുന്ന കഥകളാണ് അതിലധികവും. അത്തരം കഥകളെ രാവുണ്ണിയുടെ കവിതകളിൽ അപനിർമ്മിക്കുന്നുണ്ട്. സാധാരണമനുഷ്യജീവിതങ്ങൾക്ക് ചരിത്രത്തിൽ ഇടം നൽകുന്നുണ്ട്. ഇതുതന്നെയാണ് 'മഹാത്മാ ഗ്രന്ഥശാല, മാറ്റുദേശം' എന്നതടക്കമുള്ള ദേശക്കവിതകളുടെ സാംസ്കാരിക രാഷ്ട്രീയപ്രാധാന്യം.

കവിതപ്പുറം

'കാവ്യശിഖ'യുടെ നേതൃത്വത്തിൽ കവിയുമായി നടത്തിയ കവിതാ സംവാദത്തിൽനിന്നുള്ള ഏതാനും അഭിമുഖങ്ങളുടെ ശേഖരം.

കാവ്യപ്രണയത്തിന്റെ വർത്തമാനങ്ങൾ

രാവുണ്ണി

ചാക്കോ ഡി.അന്തിക്കാട്

വായനശാല ഉയർത്തിയ വായനയുടെ രാഷ്ട്രീയവും, പ്രയോഗത്തിന്റെ രാഷ്ട്രീയവും തമ്മിലുള്ള വൈരുധ്യങ്ങൾ, സ്വന്തം നാടിന്റെ നവോത്ഥാന-പുരോഗമന-സാംസ്കാരികസമര ചരിത്രം മുൻനിർത്തി വിശകലനംചെയ്യാമോ?

പുസ്തകം വായിക്കുമ്പോൾ നമ്മൾ ലോകത്തെ വായിക്കുകയാണ്. പുസ്തകം കൈയിലെടുക്കുമ്പോൾ നാം ലോകപ്പരപ്പിലേക്ക് എത്തുന്നു എന്നർത്ഥം. നമ്മുടെ ലോകം മാറും. ചിന്ത മാറും. നാം പുതുക്കപ്പെടും. പുതിയ സമൂഹം, പുതിയ ജീവിത ക്രമം ഉണ്ടാവണം എന്ന് നാം ആഗ്രഹിക്കാൻ തുടങ്ങും. അതാണ് വായനയുടെ രാഷ്ട്രീയത്തിന്റെ കാതൽ.

അതിന്റെ വിപരീതങ്ങളിലേക്ക് മനുഷ്യരെ പ്രലോഭിപ്പിക്കുന്ന മൂല്യങ്ങൾ സമൂഹത്തിൽ പരത്താനുള്ള അധികാരവിപണിയുടെ ആക്രമണോത്സുകമായ പരിശ്രമങ്ങളോടാണ് ഈ പുതുലോകചിന്ത ഏറ്റുമുട്ടുന്നത്. സുഖം, ധനം, വർഗീയത, അസൂയ, വ്യക്തിപരമായ നേട്ടങ്ങൾ തുടങ്ങിയവ മനുഷ്യവംശത്തിന്റെ പൊതുവായ നന്മയ്ക്കെതിരാണ്. ഓരോ വായനശാലയും ധനാധിപത്യത്തിനും മനുഷ്യവിഭജനത്തിനുമെതിരായ സൈനിക ക്യാമ്പാണെന്ന് ഞാൻ കരുതുന്നു.

സിമിത ലിനീഷ്

നാടിനെ ഓർമിക്കുമ്പോൾ വായനശാല നൽകുന്ന ഏറ്റവും മനോഹരമായ ഓർമ എന്താണ്?

എന്റെ ചെറുപ്പത്തിൽ ധാരാളം ചെറുപ്പക്കാർ വായനശാലയിൽ പുസ്തകമെടുക്കാൻ വരും. അവരവരുടെ അഭിരുചികൾക്കിണങ്ങുന്ന പുസ്തകങ്ങൾ എടുത്തുകൊണ്ടുപോകും. അവരുടെ ചർച്ച പുസ്തകങ്ങളെക്കുറിച്ചാണ്. എഴുത്തുകാരെപ്പറ്റിയാണ്. ഒരേ പുസ്തകം പല തവണ വായിക്കുന്നവരുണ്ട്. സവിശേഷതയുള്ള ഏതെങ്കിലും എഴുത്തുകാരുടെമാത്രം കൃതികൾ എല്ലാം തിരഞ്ഞുപിടിച്ച് കൊണ്ടുപോയി വായിക്കുന്നവരുണ്ട്. ചില വിഷയങ്ങൾമാത്രം തേടിപ്പിടിച്ച് വായിക്കുന്നവരുമുണ്ട്. ഇന്നും അവരെ എവിടെയെങ്കിലുംവെച്ച് കാണുമ്പോൾ എനിക്ക് ബഹുമാനമാണ്.

വായന മാത്രമല്ല. വായനശാലയിൽ എഴുത്തും വിളഞ്ഞു. ഒന്നാന്തരം കൈയെഴുത്തുമാസികകൾ ഇറങ്ങിയിരുന്നു. മനോഹരമായ കൈപ്പടകളിൽ. മിഴിവാർന്ന ചിത്രങ്ങളോടെ. കൈയെഴുത്തുമാസികയിൽ രചന വരുമ്പോഴുള്ള സന്തോഷമൊന്നും ഇന്നത്തെ അച്ചടിക്കാലത്തിനില്ല.

രതി കല്ലട

ജീവിതകാലം മുഴുവൻ പുസ്തകങ്ങൾക്കും വായനയ്ക്കും എഴുത്തിനും നീക്കിവെച്ച ആത്മസുഹൃത്തിന് അദ്ദേഹത്തിന്റെ റിട്ടയർമെന്റ് ജീവിതം സന്തോഷകരമാക്കുന്നതിന് രാവുണ്ണ്യേട്ടൻ കൊടുത്ത മറക്കാനാവാത്ത ഏറ്റവും മൂല്യമുള്ള ചരിത്രരേഖയായിമാറുന്ന സമ്മാനമല്ലേ 'മഹാത്മാ ഗ്രന്ഥശാല, മാറ്റുദേശം' എന്ന കവിത?

ഈ കവിത അങ്ങനെ ആയിത്തീർന്നു. സമ്മാനം നല്കാൻ വേണ്ടി എഴുതിയതല്ല ഇത്. നാടിനെക്കുറിച്ച് എഴുതുകയായിരുന്നു. അതിനിടെ ഞങ്ങളുടെ മഹാത്മാ ലൈബ്രേറിയിലും ഒന്നു കേറി. അവിടെ ഇപ്പോഴും ജയൻ ഇരിക്കുന്നു. കൊടകരയ്ക്ക് പറഞ്ഞയച്ചിട്ടും പോയില്ല. പിന്നെയാണ് മനസ്സിലായത്, ജയൻ അവണൂർ എന്നത് ഒരു വ്യക്തിയുടെ പേരല്ലെന്ന്. ഒരുപാട് ലൈബ്രേറിയന്മാരുടെ (ലൈബ്രേറിയത്തിമാരുടെ!) പേരാണതെന്ന്. എല്ലായിടത്തുമുള്ള ഗ്രന്ഥശാലാപ്രവർത്തകരുടെയും പേര് അതുതന്നെയെന്ന്.

കാട്ടൂർ രാമചന്ദ്രൻ

കാലവും കവിതയും ചുവടുവെക്കുന്നത് മുന്നോട്ടാണ്. രാവുണ്ണിമാഷ്ടെ മനസ്സും ശിരസ്സും പുകയുന്നതും തൂലിക ചലിക്കുന്നതും മുന്നേറ്റത്തിനുള്ള പാതയൊരുക്കാനാണ്. കാലത്തിനുമുമ്പേ സഞ്ചരിക്കുന്ന കവിയുടെ ഓരോ വാക്കും ഓരോ കുതിപ്പുകളാണ്. പിന്നെ എന്തിനാണ് അരിമ്പൂരെന്ന പേര് ഉപേക്ഷിച്ച് ഗ്രാമത്തെ പുറകിലേക്ക് നടത്തുന്നത്?

പല എഴുത്തുകാരും ദേശങ്ങളെ എഴുതിയിട്ടുണ്ട്. അവയിൽ ശരിയായ ദേശപ്പേര് എഴുതുക പതിവില്ല. എന്റെ കവിതയിൽ പിന്നോട്ടുള്ള സഞ്ചാരമുണ്ട്. മുന്നോട്ടുമുണ്ട്. പിന്നോട്ടൊന്നു നോക്കാതെ മുന്നോട്ട് പോവാനാവില്ലല്ലോ. മാറ്റുദേശം എന്ന പേര് മാഞ്ഞുപോവാൻ ആഗ്രഹിച്ചവരാണ് എന്റെ നാട്ടുകാർ. ഇപ്പോഴും അങ്ങനെത്തന്നെ. എന്തെന്നാൽ ഞങ്ങളെ അപമാനിക്കാനാണ് ഈ പേര് ഉപയോഗിച്ചത്.

മാറ്റുദേശക്കാരുടെ ബുദ്ധിയില്ലായ്മയെക്കുറിച്ച് ഒട്ടേറെ നുണക്കഥകളുണ്ട്. പമ്പരവിഡ്ഢികൾ എന്നായി ആ വിളിയുടെ അർത്ഥം. അപമാനിതരായ ഒരു ജനതയുടെ വിങ്ങൽ എന്റെ ഹൃദയത്തിൽ ഉണ്ട്. ഞാൻ പിന്നിലേക്കല്ല നടന്നത്. എന്റെ ജനതയുടെ അപമാനപൂരിതമായ അന്തഃരംഗങ്ങളിലേക്കാണ്.

റെജില ഷെറിൻ

ഈ കവിത കൃത്യമായും ഒരു 'കൾച്ചറൽ ഷിഫ്റ്റി'നെക്കുറിച്ച് പറഞ്ഞുവെക്കുന്നുണ്ട്. ആധുനികതയിൽനിന്നും കവിതകളും മറ്റ് സാഹിത്യരൂപങ്ങളും എന്തിന് മാനവികത തന്നെയും ഉത്തര ഉത്തരാധുനികതയെ പ്രാപിച്ചിരിക്കുന്നു എന്നതാണോ അങ്ങ് ഈ കവിതയിലൂടെ വെളിപ്പെടുത്തുവാൻ ആഗ്രഹിച്ചത്?

അങ്ങനെ പലേടങ്ങളിലേക്കും ഈ കവിത ഒഴുകിപ്പരക്കാൻ ശ്രമിക്കുന്നുണ്ടെന്നു തോന്നുന്നു. മനുഷ്യൻ ഒഴിവാക്കപ്പെടുന്നു. മനുഷ്യത്വത്തിന് കെട്ടിവെച്ച കാശ് കിട്ടുന്നില്ല എന്നതൊക്കെ എന്റെ വേവലാതികളാണ്. ചില ഓർമകളെ വീണ്ടെടുക്കാനാണ് ഞാൻ ശ്രമിച്ചത്. ഓർമ എന്നത് ഭാവിയിലേക്കുള്ള വഴിച്ചോറു കൂടിയാണല്ലോ. കൾച്ചറൽ ഷിഫ്റ്റ് എന്നത് പൊളിറ്റിക്കൽ ഷിഫ്റ്റ് തന്നെയാണ്. അതിനെ അഭിമുഖീകരിക്കാതെ നമുക്ക് മുന്നോട്ടുപോകാനാവില്ല.

ഡോ.അജയ് നാരായണൻ

ഗ്രന്ഥശാലയുടെ രണ്ടു കാലഘട്ടത്തിലൂടെ ഒരു സമൂഹത്തിന്റെ സ്വഭാവപരിണാമംതന്നെ വ്യക്തമായി വരയ്ക്കുന്ന കവിത മുന്നോട്ടുവെക്കുന്ന രാഷ്ട്രീയം വ്യക്തമാക്കാമോ?

ഓരോ കാലവും ദേശവും സവിശേഷമായ രാഷ്ട്രീയം ഉന്നയിക്കുന്നുണ്ട്. അത് തിരിച്ചറിയാൻ കഴിഞ്ഞില്ലെങ്കിൽ നമ്മൾ പഴഞ്ചരാകും. ദേശവിരുദ്ധരോ കാലവിരുദ്ധരോ ആയെന്നു വരും. ഇന്നിലെത്താൻ ഉണർന്നിരിക്കണം. ഉണരൂ എന്നാണ് കവിത പറയുന്നത്.

മറ്റൊരു കാര്യം, വായിക്കുന്നവർ കണ്ടെത്തുന്നതാണ് കവിതയുടെ രാഷ്ട്രീയം. അതല്ലാതെ പ്രത്യേകമായി ഞാനൊന്നും ഒളിപ്പിച്ചുവെച്ചിട്ടില്ല.

ഗംഗാദേവി ടി.

പുസ്തകങ്ങളോടുള്ള മനുഷ്യന്റെ ആത്മബന്ധം നഷ്ടപ്പെട്ടതായി അങ്ങ് കവിതയിൽ പറയുന്നുണ്ട്. മനുഷ്യമനസ്സുകൾക്കിടയിൽ അത് സംഭവിച്ചിരിക്കുന്നു എന്ന് പറയാതെയും പറയുന്നു. എന്താണ് ഒരു സൊലൂഷനായി മുന്നോട്ട് വെക്കുവാനുള്ളത്?

പരിഹാരം നിർദ്ദേശിക്കാനുള്ള ജ്ഞാനമൊന്നും എനിക്കില്ല. ഞാൻ വൈദ്യനല്ല. നല്ലതെന്തെങ്കിലും നഷ്ടപ്പെട്ടിട്ടുണ്ടോ, അത് വീണ്ടെടുക്കണം. നല്ലതല്ലാത്തതെന്തെങ്കിലും വരുന്നുണ്ടോ, അതിനെയൊക്കെ ഉച്ചാടനം ചെയ്യണം എന്നെല്ലാം ഏവർക്കും നിശ്ചയമുള്ള കാര്യമാണ്.

ശിവനന്ദിനി (ആറാംക്ലാസ് വിദ്യാർത്ഥിനി)

ഈ കവിതയിൽ പറയുന്ന കാരയിത്രിയും ഭാവയിത്രിയും ആരാണ്? ആരാണ് മേഘസന്ദേശങ്ങൾ അയച്ചത്? ഗ്രന്ഥശാലയിലേക്ക് കടക്കുമ്പോൾ കവിക്ക് പുസ്തകങ്ങൾ നൽകുന്ന പ്രത്യേകതരമായ ഒരു അനുഭവം പറയാമോ? കവിതയിൽ 'ഏകാന്തതയുടെ കാനനങ്ങൾ' എന്ന വാക്കുകൾ കവിയെ എന്താണ് ഓർമ്മപ്പെടുത്തുന്നത്? പുസ്തകങ്ങൾ കവിയോട് അടുത്ത് ഇടപഴകുമ്പോളുള്ള കവിയുടെ അനുഭൂതി എന്താണെന്ന് പറയാമോ? ഇപ്പോൾ നമ്മളിൽ അധികംപേരും ഗ്രന്ഥ

ശാലയിൽ പോകാറില്ല, ഫോൺ വഴിയാണ് വായനയുമൊക്കെ. ഈ കാലത്തിൽ നിന്നും വളരെ വ്യത്യസ്തമായി, പുസ്തകങ്ങളോട് ഇടപഴകുമ്പോൾ ഒരു കവി എന്ന നിലയിൽ അങ്ങേയ്ക്ക് ലഭിക്കുന്ന അനുഭൂതികൾ എന്തെല്ലാമാണ്? പുസ്തകങ്ങൾ ചിതലേറി നശിച്ചപ്പോൾ കവിക്ക് ഉണ്ടായ അനുഭവം എന്തായിരുന്നു?

▪ ശിവനന്ദിനിയുടെ നിഷ്ക്കളങ്കമായ ചോദ്യങ്ങൾ എന്നെ വളരെ ആഹ്ലാദിപ്പിക്കുന്നു. ഇങ്ങനെ ചോദ്യങ്ങൾ ചോദിച്ചുകൊണ്ടേയിരിക്കാൻ നിനക്ക് എക്കാലവും കഴിയട്ടെ.

ഒന്നാമത്തെ ചോദ്യം പലരും പലതരത്തിൽ ചോദിച്ചിട്ടുണ്ട്. അതിനുള്ള മറുപടി വേറെ പറയാം. രണ്ടും നാലും ചോദ്യങ്ങൾ. പുസ്തകത്തിലെ കഥാപാത്രങ്ങളായി വായനക്കാർ മാറുമ്പോഴുള്ള അനുഭവമാണ് ഇത്. മൂന്നാം ചോദ്യം. ഒരിടത്തു നിന്ന് പല കാലങ്ങളേയും പല ദേശങ്ങളേയും കാണുന്നതുപോലെ തോന്നും. ഇക്കാണുന്ന പുസ്തകങ്ങളും, ഇനി വരാനുള്ള പുസ്തകങ്ങളും വായിച്ചുതീർക്കാനുള്ള ആയുസ്സു കിട്ടണേ എന്നു കൊതിക്കും. ആറാം ചോദ്യത്തിനുള്ള ഉത്തരം മുകളിൽ പറഞ്ഞുവല്ലോ. ഏഴാം ചോദ്യം. ഒരുപാട് ലോകങ്ങൾ മാഞ്ഞുപോയതുപോലെ. എത്രയോ തലമുറകൾ കൈമാറി വായിച്ചും കുസൃതിക്കുറിപ്പുകളെഴുതിയും വന്ന പുസ്തകങ്ങൾ എത്രമേൽ അമൂല്യം എന്നും തോന്നി.

നല്ല ചോദ്യങ്ങൾ. എനിക്കു വളരെ സന്തോഷമായി മോളെ.

□ **ഇ.ജിനൻ**

ഈ കവിത എഴുതുമ്പോൾ വായനശാലയായിരുന്നോ, ജയനായിരുന്നോ ആദ്യം മനസ്സിൽ വന്നത്?

▪ അരിമ്പൂർ എന്ന മാറ്റുദേശത്തെക്കുറിച്ചുള്ള പലപല ഓർമകളിൽനിന്നാണ് ഈ കവിതയിലേക്ക് ഞാൻ എത്തുന്നത്. എന്റെ നാട്, എന്റെ ജീവിതം എന്നൊക്കെ പറയുമ്പോൾ അതിൽ പ്രധാനമാണ് വായനശാലക്കാലം. പുസ്തകപ്പുഴുവായിരുന്ന നാളുകൾ. പുസ്തകം വായിക്കാൻവേണ്ടി ജീവിച്ച കാലം. വായനയിൽ ജീവിതം കണ്ട കാലം. വാസ്തവത്തിൽ ഒറ്റ വായനശാല അല്ല അത്. ഞാൻ കയറിയിറങ്ങിയ വായനശാലകൾ ധാരാളമുണ്ട്. ആറാംകല്ലിലെ എറവ് ഗ്രാമീണവായനശാല,

ചേറ്റുപുഴ യുവജനസംഘം വായനശാല, പിന്നീട് മഹാത്മാ കേന്ദ്ര ഗ്രന്ഥശാലയായിത്തീർന്ന പരക്കാട് ഗ്രാമീണ വായനശാല, അരിമ്പൂർ ഹൈസ്കൂൾ ലൈബ്രറി, കേരളവർമ്മ കോളേജ് ലൈബ്രറി (പുസ്തകങ്ങളുടെ അത്ഭുതലോകം തന്നെയാണത്), കാനാട്ടുകര ജയ്ഹിന്ദ് ലൈബ്രറി ഇങ്ങനെ പലതുമുണ്ട്. പിൽക്കാലത്ത് എറവ് ഭാരത് കലാമന്ദിരത്തിൽ പുത്തേഴന്റെ പേരിൽ ഞാൻ മുൻകൈയെടുത്ത് ഒരു ലൈബ്രറി തുടങ്ങി. മഹാത്മാ ലൈബ്രറി എന്റെ നേതൃത്വത്തിൽ പുനരുദ്ധരിക്കപ്പെട്ടതാണ്. വായനശാലകൾ കെട്ടിപ്പടുക്കാൻ അത്യദ്ധ്വാനം ചെയ്ത ഗ്രന്ഥശാലാപ്രവർത്തകരെല്ലാം എന്റെ ഹൃദയത്തിൽ പാർപ്പുറപ്പിച്ച കാലം. മഹാത്മയെ കേന്ദ്രമാക്കി ഒരു കാലഘട്ടത്തെ ഒന്നു തൊട്ടുനോക്കാനായിരുന്നു ശ്രമം. ലൈബ്രേറിയൻ എന്നു പറഞ്ഞാൽ എനിക്ക് ഓർമ്മ വരിക ജയൻ അവണൂരിനെയാണ്. അതിനാൽതന്നെ എന്റെ സമ്മതം ചോദിക്കാതെ ജയൻ കവിതയിൽ കേറിവന്ന് താമസമാക്കി.

□ **വർഗീസാന്റണി**

ലോകത്തിലെ എല്ലാ ആധികളുടെയും മൂലം അന്വേഷിച്ചു പോകുമ്പോൾ നാമെത്തിച്ചേരുന്നത് അധികാരം എന്ന പ്രതിഭാസത്തിലാണ്. എഴുത്തുകാരൻ എന്നനിലയിൽ അധികാരത്തോടുള്ള സമീപനമെന്താണ്? അധികാരരഹിതമായ ലോകം സാധ്യമാണോ?

■ ഭരണകർത്താക്കൾ/ഭരണീയർ, ഉടമകൾ/അടിമകൾ, മുതലാളി/തൊഴിലാളി, ജന്മി/കുടിയാൻ എന്നിങ്ങനെയുള്ള ചേരിതിരിവുകൾ ഇല്ലാത്ത, അധികാരരൂപങ്ങൾ ഒന്നുമേയില്ലാത്ത, കഴുമരങ്ങൾ/ജയിലുകൾ/കോടതി/പട്ടാളം/പോലീസ്/അതിർത്തി/ബാരിക്കേഡ്... ദാരിദ്ര്യം/പട്ടിണി/യുദ്ധം/ബോംബ്/കുടിയൊഴിക്കൽ/പലായനം... ഇവയൊന്നുമില്ലാത്ത ഒരു ലോകത്തെയാണ് ഞാനും സ്വപ്നം കാണുന്നത്. ഭരണകൂടങ്ങൾ എന്നത് മനുഷ്യർ ഉണ്ടായ കാലം തൊട്ടുള്ള ഏർപ്പാടൊന്നുമല്ല. ഏതോ ഒരു ഘട്ടത്തിൽ കേറിപ്പറ്റിയതാണ്. വേറൊരു ഘട്ടത്തിൽ അതിനെ ഇല്ലായ്മ ചെയ്യാനും പറ്റും. അതൊരു സ്വപ്നമാണ്. മാനുഷരെല്ലാരുമൊന്നുപോലെ എന്ന സ്വപ്നം. ദുരയും പകയും തോൽവിയും നിലവിളിയും ഇല്ലാത്ത ഒരു ലോകമാണ് കവിതയും മോഹിക്കുന്നത്.

സജന സന്തോഷ്

മാറ്റുദേശത്തിന്റെ പ്രിയകവിക്ക് പുതുതലമുറയ്ക്ക് നല്കാനുള്ള ഉപദേശമെന്ത്?

ആരുടെയും ഉപദേശം കേട്ട് വളർന്ന ആളല്ല ഞാൻ. മറ്റാരെയും ഉപദേശിക്കാൻ ഞാൻ ആളല്ല. നമ്മുടെ ജീവിതംകൊണ്ട് മറ്റാർക്കെങ്കിലും ഉപകാരം വരണം. പട്ടിണി കിടക്കുന്ന ഒരാൾക്ക് അന്നം കൊടുക്കുന്നതിനേക്കാൾ വലിയ കവിത ഇല്ല. ഭാവിയിൽ കുറ്റബോധം തോന്നാനിടയുള്ള പ്രവൃത്തികളിൽ ഏർപ്പെടാതിരിക്കുക. സത്യത്തെ ഉയർത്തിപ്പിടിക്കുക. നീതിക്കുവേണ്ടി പോരാടുക, മനുഷ്യത്വം കൈവെടിയാതിരിക്കുക എന്നിവയാണ് പ്രധാനമെന്ന് ഞാൻ വിചാരിക്കുന്നുണ്ട്. ഇങ്ങനെത്തന്നെ നിങ്ങൾ ജീവിച്ചുകൊള്ളണം എന്നു പറയാനുള്ള മൗഢ്യമൊന്നും എനിക്കില്ല. ഞാൻ കവിയാണ്. ഉപദേശിയല്ല.

വി.ഡി.പ്രേംജിഷ

അനീതിയുടെ പെരുമഴ പെയ്യുന്ന ഇക്കാലത്ത് നീതിക്കുവേണ്ടിയുള്ള മുറവിളിയാണ് കവിതയെന്ന് മാഷ് അഭിപ്രായപ്പെട്ടിട്ടുണ്ട്. സമൂഹത്തിൽ നടക്കുന്ന ഈ അനീതിയിൽ മനം നൊന്ത് എഴുതിയ കവിതയാണോ 'ഏതോ ഒരു ദേശത്തെ ആളുകൾ?'

'ഏതോ ഒരു ദേശത്തെ ആളുകൾ?' എന്നുള്ളത് ഒരു രാഷ്ട്രീയ കവിതയാണ്. മനുഷ്യൻ അപ്രധാനമായിത്തീരുന്ന ഒരു കാലം. ആ കാലത്തെയാണ് അതിൽ പറയുന്നത്. മനുഷ്യത്വത്തെ തിരസ്കരിക്കുകയും ഓരോ മനുഷ്യനേയും ജനിച്ച ജാതിയുടെ, മതത്തിന്റെ, വംശത്തിന്റെ ഒക്കെ പേരിൽ ബ്രാൻഡ് ചെയ്യുകയും ചെയ്യുന്ന ഭീകരമായ കാലമാണിത്. അത് ഉണ്ടാക്കിയ മനോവേദനയിൽനിന്നാണ് ആ കവിത പിറക്കുന്നത്.

മിനി രാജേഷ്

മാഷ് ഒരുപാട് കവിതകൾ എഴുതിയിട്ടുണ്ട്. ഒരുപാട് പുരസ്കാരങ്ങളും മാഷിനെ തേടിയെത്തിയിട്ടുണ്ട്. എങ്കിലും, 'മഹാത്മാ ഗ്രന്ഥശാല, മാറ്റുദേശം' വായിച്ചു കേരളത്തിലെ പല ദിക്കുകളിൽനിന്നും പതിവിലേറെ ആളുകൾ മാഷെ വിളിച്ചിട്ടുള്ളതായി അറിയാം. സമീപകാലത്ത് ഏറ്റവും കൂടുതൽ

ചർച്ച ചെയ്ത, ഏറ്റവും മുതൽ ആളുകൾ കൈമാറിയ, ഈ കവിത എഴുതുമ്പോൾ വിചാരിച്ചിരുന്നോ ഇത് ഒരു മികച്ച കവിതയായി മാറുമെന്ന്?

- അതൊന്നും നമ്മൾ ആലോചിക്കേണ്ട കാര്യങ്ങളല്ല. അതെന്റെ വിഷയവുമല്ല. വായിക്കുന്നവരുടെയും വിളിക്കുന്നവരുടെയും കൈയടിക്കുന്നവരുടെയും ചിരിക്കുന്നവരുടെയും എണ്ണം കവിതയുടെ ഗുണനിലവാരത്തെ സൂചിപ്പിക്കുന്നില്ല. ഗുണനില വാരം മാത്രമാണത്. (ഈ പുസ്തകത്തിന്റെ കാര്യം തന്നെ നോക്കുക. മഹാത്മാ ഗ്രന്ഥശാല കവിതയേക്കാൾ എത്രയോ മികച്ച, നൂറുകണക്കിന് കവിതകൾ മലയാളത്തിൽ ഇറങ്ങു ന്നുണ്ടാകും. അവയേക്കാൾ വലിപ്പമൊന്നും ഇതിനുണ്ടാ യെന്നു വരില്ല. കവിതയുടെ പുറത്തുള്ള കാര്യങ്ങളിലൊന്നും ഒരു വിശേഷവുമില്ല.)

  കവിതയിലേക്ക് ജനങ്ങളെ ആകർഷിക്കുന്ന യാതൊരു വിദ്യയും ഞാൻ പ്രയോഗിക്കാറില്ല. അതൊന്നും എനിക്കറി യുകയുമില്ല. നന്നായി ചൊല്ലാനറിയില്ല. എഴുത്തിനുപുറമേ യാതൊരു മുന്നൊരുക്കവും പിന്നൊരുക്കവും ശീലമില്ല. സുഹൃദ്സംഘങ്ങൾവഴി കവിത പ്രചരിപ്പിക്കാറുമില്ല. അങ്ങനെ യൊക്കെ ചെയ്യുന്നത് മഹാപരാധമാണെന്നൊന്നും പറയുക യല്ല. കവിത പ്രചരിപ്പിക്കാൻ ആരെങ്കിലും എന്തെങ്കിലും വഴി കൾ നോക്കുന്നതിൽ എനിക്ക് വിരോധമൊന്നുമില്ല. എനിക്ക തിൽ താല്പര്യമില്ലെന്നുമാത്രം.

സുനിത വിപിൻദാസ്

കാരയിത്രിയും ഭാവയിത്രിയും ഏറ്റുമുട്ടി എന്ന് കവിതയിൽ പറയുന്നുണ്ടല്ലോ. അതൊന്ന് വിശദീകരിച്ചുതരുമോ? (ഈ ചോദ്യം പലരുംചോദിച്ചിട്ടുണ്ട്.)

- കാവ്യപ്രതിഭ രണ്ടുവിധത്തിലുണ്ട്. കാരയിത്രി പ്രതിഭ എന്നും ഭാവയിത്രി പ്രതിഭ എന്നും. കാരയിത്രി എന്നത് കർ എന്ന ധാതു വിൽനിന്ന് ഉണ്ടായതാണ്. കർത്താവിനെ സംബന്ധിച്ചത് കാവ്യകർത്താവിന്റേത്. കവിയുടെ പ്രതിഭ എന്നർത്ഥം.

  കാവ്യത്തിന്റെ ഭാവത്തെ ആരാണോ പൂർണ്ണമായി ഉൾക്കൊ ള്ളുന്നത്, അവരെ സംബന്ധിച്ചത് ഭാവയിത്രിപ്രതിഭ. സമാന ഹൃദയൻ ആണ് സഹൃദയൻ. കവിക്ക് സമാനമായ മനസ്സുള്ള

വായനക്കാരെയാണ് ഭാവയിത്രിപ്രതിഭ ഉള്ളവർ എന്നു പറയുന്നത്.

അന്നത്തെ വായനശാലയിലെ പുസ്തകങ്ങളിൽ ഗ്രന്ഥകർത്താവിനെ അനുകൂലിച്ചും പ്രതികൂലിച്ചുമുള്ള കുറിപ്പുകൾ കാണാം. അതാണ് ഇപ്രകാരം മഹാത്മാ കവിതയിൽ പരാമർശിച്ചത്.

☐ **സജ്ന, ഹൈദരാബാദ്**

അനുവാചകപ്രതികരണസിദ്ധാന്തവും പ്രയോഗവും എന്ന് കവിതയിൽ പറയുന്നുണ്ടല്ലോ. പുതിയ കാലഘട്ടത്തിൽ കവി എന്ന നിലയിൽ അങ്ങ് അതിനെ എങ്ങിനെയാണ് കാണുന്നത്?

‘അനുവാചകപ്രതികരണസിദ്ധാന്തവും പ്രയോഗവും
പല കൈപ്പടകളിൽ പല നിറങ്ങളിൽ
ആദ്യപേജ് തൊട്ടേ തെളിഞ്ഞുകാണാം’

എന്ന് കവിതയിലുള്ള വരികളെ മുൻനിർത്തിയാണല്ലോ ഈ ചോദ്യം ഉണ്ടായിട്ടുള്ളത്. വായനയ്ക്കും വ്യാഖ്യാനത്തിനും പ്രാധാന്യം നൽകുന്ന നിരൂപണശാഖയാണിത്. അനുവാചകപ്രതികരണവിമർശനത്തിന്റെ സമീപനങ്ങളെ താഴെപറയും വിധം സംഗ്രഹിക്കാം.

1.സാഹിത്യകൃതിയെ വ്യാഖ്യാനിക്കുമ്പോൾ ഏറ്റവും പ്രധാനപ്പെട്ട സംഗതി കൃതി/പാഠം അല്ല, വായനക്കാരാണ്. 2.വായനക്കാരില്ലെങ്കിൽ കൃതിയുമില്ല. 3.ഒരു കൃതി എന്തെന്നു പറയാൻ പറ്റുന്നത് വായനക്കാർക്കു മാത്രമാണ്. 4.എഴുത്തുകാരെപ്പോലെ വായനക്കാരും വായനയിലൂടെ ഒരു കൃതി സൃഷ്ടിക്കുന്നു. 5.അർത്ഥത്തിലെത്തിച്ചേരാൻ നിരൂപകർ കൃതിയുടെ സ്വാശ്രയത്വത്തെ (Autonomy) നിരാകരിച്ച് വായനക്കാരിലും വായനയെന്ന പ്രക്രിയയിലും ശ്രദ്ധ കേന്ദ്രീകരിക്കണം. 6.വായനക്കാരും കൃതിയും തമ്മിലുള്ള കൊടുക്കൽവാങ്ങലിലൂടെയാണ് അർത്ഥം ഉല്പാദിപ്പിക്കപ്പെടുന്നത്.

റൊളാങ് ബാർത്ത്, വോൾഫ് ഗാങ് ഐസർ, ഹെർസക്, ഉമ്പർട്ടോ എക്കോ തുടങ്ങിയവർ ഇതിന്റെ പ്രമുഖ വക്താക്കളും പ്രയോക്താക്കളുമാണ്. മുൻകാലത്ത് വായനശാലകളിൽ നിന്ന് പുസ്തകമെടുക്കുന്നവർ ഓരോ പേജിലും തങ്ങൾക്കു തോന്നിയ അഭിപ്രായങ്ങൾ കുറിച്ചിടും. അനുവാചകപ്രതികരണവിമർശനത്തിന്റെ ലഘുവായ പ്രയോഗമാണത്, അവരത് അറിഞ്ഞിട്ടല്ലെങ്കിലും.

ഗാന്ധിജി എനിക്ക് എന്തു തന്നു?

ഇടശ്ശേരി ഗോവിന്ദൻനായർ

....ഗാന്ധിജി നമ്മെ വിട്ടുപിരിഞ്ഞ ഉടനെ അദ്ദേഹത്തിന്റെ ഒരർധകായചിത്രം ഞാൻ വാങ്ങി ചില്ലിടുവാൻ കൊടുത്തിരുന്നു. രാത്രി പ്രവൃത്തികഴിഞ്ഞു വീട്ടിലെത്തി കുളിയും ഊണും കഴിഞ്ഞ് എഴുത്തുമേശയ്ക്കുമുമ്പിൽ ചെന്നിരുന്നപ്പോൾ ചട്ടയിട്ടുകഴിഞ്ഞ ആ ചിത്രം മേശമേൽ വെച്ചിട്ടുണ്ട്. അതെവിടെ തൂക്കണമെന്ന് ഞാൻ വന്ന് ആലോചിച്ചിട്ടുവേണമെന്നുവെച്ച് എന്റെ കുടുംബിനി അതവിടെ വെച്ചതാവണം. എന്റെ മേശവിളക്കിന്റെ ദീപ്തി അടുത്തിരിക്കുന്ന ആ ചിത്രത്തെ സജീവമാക്കുന്നുണ്ടെന്ന് അപ്പോൾ ഞാൻ ശ്രദ്ധിച്ചില്ല. കാരണം, എന്റെ മനസ്സ് മറ്റിന്ദ്രിയസംവേദനങ്ങൾ ക്ഷണത്തിൽ പതിയാത്തവിധം കലങ്ങിമറിഞ്ഞിരുന്നു. ഞാനന്ന് അപമാനിതനായി വന്നിരിക്കയാണ്. നിത്യജീവിതത്തിലെ ഒരു യദൃച്ഛാസംഭവം. ഒരു ഭീരുവിനു മുറിപ്പെട്ടാൽ അവൻ മനോരാജ്യത്തിൽനിന്ന് ഉണരില്ല. അവിടെ പകവീട്ടലാണ്, എല്ലാത്തരം നയതന്ത്രങ്ങളെക്കൊണ്ടുമുള്ള പകവീട്ടൽ. മനുഷ്യമനസ്സ് ഒട്ടിപ്പിടിക്കാൻ വിദ്വേഷത്തെപ്പോലെ പശയുള്ള മറ്റൊരു വികാരമില്ല. മനോരാജ്യത്തിന്റെ ഒരു പതനത്തിൽവെച്ച് ഞാനുണർന്നു. പെട്ടെന്ന് വെട്ടിത്തിളങ്ങുന്ന ആ വർണചിത്രത്തിൽ എന്റെ കണ്ണു ചെന്നു. ആ വിടർന്ന ചുണ്ടിലെ മൃദുലസ്മിതം എന്നെ അലോസരപ്പെടുത്തുന്നതായി തോന്നി. പെട്ടെന്ന് എന്തു ചെയ്തുവെന്നോ? അന്നത്തെ ദിനപ്പത്രമെടുത്ത് ഞാനാ മുഖം മൂടി. പൊടുന്നനെ ഒരാക്രോശം എന്റെ ഉള്ളിൽനിന്നു മുഴങ്ങി. അത് ഉള്ളിൽനിന്നല്ല, പുറത്ത് എന്റെ അടുത്തുനിന്ന് ഉയർന്നതാണെന്നപോലെ വ്യക്തവും ഞെട്ടിപ്പിക്കുന്നതുമായിരുന്നു. 'ഗോഡ്സേ' എന്നാണ് ഞാൻ കേട്ടത്.

ഞാൻ കൈവിറയോടുകൂടി ആ മുഖാവരണം നീക്കി. കൊടുങ്കാറ്റിൽ കാർമേഘങ്ങൾ നീങ്ങിയ ആകാശത്തെ എന്റെ അന്തർനേത്രങ്ങൾ കണ്ടു. നടാടെ, ഞാനാ മഹാതേജസ്സിനു മുന്നിൽ കണ്ണടച്ചു കൈകൂപ്പി നിന്നു.

മരണംവരെ എനിക്ക് അനുസ്മരിക്കാനുള്ള രംഗം!